பிடிசாம்பல்

கா. ந. அண்ணாதுரை

Title: Pidi Sambal

Author: C. N. Annadurai

Language: Tamil

First Published on: 1947

Year of Publication: 2024

Book Format: Paperback

*Page Size: 6inch * 9inch*

Category: Fiction

Subject: Short Novel

No. of pages: 60

ISBN: 978-81-987963-0-1

Published by: Nilan Publishers, Madurai, Tamilnadu, India

பொருளடக்கம்

குறிப்புகளுக்காக

பிடிசாம்பல்

பகுதி: 1

"சாம்பல்! சாம்பல்! சாளுக்கிய நாடு சாம்பலாயிற்று! சாளுக்கிய மன்னன் பிணமானான், களத்தில்! முடிவிலொரு பிடிசாம்பலானான்! முடிவிலொரு பிடி சாம்பல்! பாய்ந்து சென்ற திக்கெலாம் வெற்றி கண்ட வேந்தன், பராக்கிரம மிக்க பார்த்திபன், சாளுக்கிய திலகம் புலிகேசியும் போரில் தோற்றான்; அவனுடைய குருதி சாளுக்கிய மண்ணிலே குழைந்து கிடக்கிறது. வீர உரையாற்றி, வெற்றி முழக்கமிட்டு, பிடிபட்ட மன்னர்களை விரட்டிப் பேசிய, அவனுடைய வாயிலே இரத்தம்! புகழ் மாலை தாங்கிய உடலிலே, புண்! சாளுக்கிய நாடே! தீயிட்டனர் உனக்கு! தீய்ந்தது உன் எழில்! செல்வம் கருகி விட்டது. புகழ் புகைந்து போயிற்று. மாடமாளிகைகளிலே நெருப்பு! மண்டபங்களெல்லாம் மண்மேடுகளாயின. அழிந்தது கோட்டை. மிகுந்தது என்ன? எதிரியிட்ட தீ, தன் பசி தீர சாளுக்கிய நாட்டைத் தின்று தீர்த்தான பிறகு, மிச்சமானது என்ன? சாம்பல்! ஆம்! சாளுக்கிய நாட்டின் கதி இதுவாயிற்று. பிடி சாம்பல்! முடிவிலோர் பிடி சாம்பல்!"

சாளுக்கிய நாட்டின் மீது, பல்லவன் நரசிம்மன் போர் தொடுத்தான் - போரென்றால், மிகப் பயங்கரமானது; வரலாற்றிலே மிகமிகக் குறிப்பிடப்பட வேண்டிய சம்பவம்.

வாதாபி, சாளுக்கியத்தின் தலைநகரம் - எழில்மிக்க இடம். பல்லவப்படை, அந்த அழகு நகரை, அடியோடு அழித்து விட்டது. வாதாபியின் அழிவுபோல், வேறெந்தப் போரிலும், வேறெந்த நகருக்கும் அழிவு நேரிட்டதில்லை என்று கூறுவர் - அவ்வளவு பயங்கரமான அழிவு. சாளுக்கியனின் படைகள்,

சண்ட மாருதத்தில் சிக்கிய கலம் சுக்கு நூறாவது போல, சின்னா பின்னமாயிற்று. ஊர், உருத் தெரியாது அழிந்தது. மன்னனும் களத்திலே பிணமானான். பல்லவப் படையின் தாக்குதலால், சாளுக்கிய சாம்ராஜ்யமே படுசூரணமாகி விட்டது.

வாதாபி, இன்றைய பம்பாய் மாவட்டத்திலே உள்ள இடம்! அதனை அழித்த பல்லவப் படையோ, காஞ்சியிலிருந்து கிளம்பிச் சென்றது - பல்லவ சாம்ராஜ்யத் தலைநகரம் காஞ்சிபுரம்.

காஞ்சிபுரம் - வாதாபி! இடையே, எவ்வளவு தொலைவு!! இடையே, எவ்வளவு ஆறுகள், காடுகள், நாடு நகரங்கள்! இவ்வளவையும் தாண்டிச் சென்று, சிங்கத்தை அதன் குகையிலே சென்று தாக்கிக் கொன்றிடும் வீரம்போல பல்லவனின் படை, மாற்றானின் மணிபுரிக்குச் சென்று, தாக்குதலை நடத்தி வெற்றி பெற்றது.

சாளுக்கியன், சொந்த நாட்டுக்குள்ளிருந்து கொண்டு போர் நடத்தினான் - பல்லவனோ, எதிரி நாட்டுக்குள் நுழைந்து, கடும் போரிட்டு வெற்றி பெற்றான். மகத்தான வெற்றி! சாளுக்கிய மக்களின் மனத்தை மருட்டிவிட்டது, பல்லவ மாவீரர்களின் பேராற்றல்!

எங்கும் நாசம் நர்த்தனமாடிற்று! அழிவு எனும் அந்தகாரம் கப்பிக் கொண்டது சாளுக்கியத்தை. அந்த அழிவு கண்ட சாளுக்கிய வீரன் கதறினான், 'பிடி சாம்பல்! முடிவிலொரு பிடி சாம்பலாகிவிட்டது சாளுக்கிய நாடு!!' என்று.

அந்தச் சாளுக்கிய வீரனின் அழுகுரல் கேட்ட தமிழ் வீரர் சிலர், தாய்நாட்டைத் தீ தின்னக் கண்டு தேம்பியவனைப் பிடித்திழுத்துக் கேட்டனர், "ஏடா! மூடா! எதுக்குக்

கதறுகிறாய்?" என்று. "யாரிவன் பித்தன்! பிணக்குவியலுக்கிடையே பிதற்றிக் கிடக்கிறான்! பிடி சாம்பலாம், பிடி சாம்பல்! பேதை! தமிழ்நாட்டு வீரமெனும் வெந்தழலிற் பட்டால், எதுதான் பிடி சாம்பலாகாது? வாதாபி மட்டும் விதிவிலக்கோ! உமது புலிகேசி மட்டும் தப்புவானோ! சிங்கங்கள் பலச் சீறிப் போரிட்டுச் செந்தமிழ் நாட்டவ

ரிடம் பங்கப்பட்டதை இவன் அறியான் போலும்! ஏடா! மூடா! புலிகேசி தமிழகத்தைத் தாளின்கீழ் போட்டுத் துவைக்கலாம் என்று எண்ணினான்; அவனுடைய சேனை தோற்றோடும் போக்கில், அவனுடைய பிணத்தைத் துவைக்கும் என்பதைக் கண்டானா அவன். வேங்கி நாட்டிலே அவன் பெற்ற வெற்றி, வெறியூட்டிவிட்டது. வடநாட்டு வேந்தன் ஹர்ஷனை வென்று விட்டதாலேயே, தன்னை மிஞ்சிடும் தார்வேந்தன் எவனும் இல்லை என்று இறுமாந்து கிடந்தான்; இறந்துபட்டான்! அவனுடைய நகரம் எரிந்துபட்டது. தமிழரிடம் கலந்துறைவோர், அவரி

டம் திங்களின் குளிர்ச்சியைக் காண்பர்; எதிர்த்தோர், கதிரவனின் வெம்மையால் கருகுவர்." என்றனர் தமிழ் வீரர். சோகத்தோடு சாளுக்கியன், "ஆம்! வீரர்களே! வெற்றியால் களித்துள்ளவரே! கருகித்தான் போயிற்று, எமது வாதாபி!" என்று கூறினான்.

"சாளுக்கிய நாடு...?" என்று கேலி செய்தனர் தமிழ் வீரர்.

"இனி, தலை தூக்காது." - என்று தலையைக் கவிழ்த்துக் கொண்டு பேசினான் சாளுக்கியன். அழிந்துபட்ட நகரைவிட, அவன் அதிக பரிதாபமாகக் காணப்பட்டான்.

வெற்றி பெற்ற பல்லவப் படை, வேழம் முதற்கொண்டு வேழமுகச் சிலை வரையிலே, ஒன்றுவிடாமல், சாளுக்கிய நாட்டுப் பொருள்களைப் பல்லவ நாட்டுக்குக் கொண்டு சென்றனர். அந்தச் சாளுக்கியனும், பல்லவ நாட்டுக்கு இழுத்து வரப்பட்டான். - போரிலே பிடிபட்டவனல்லவா! அவனுடைய கண்கள், சாளுக்கியத்தின் அழிவைக் கொண்டு கலங்கிற்று - ஆனால், பல்லவ நாட்டிலே, ஒவ்வொருவர் முகத்திலும் வெற்றி ஒளிவீசக் கண்டு, பல்லவத்தின் எழிலைக் கண்டு, அவனுடைய கண்கள் அடைந்த வேதனை. களத்திலே எழுந்ததைவிட அதிகமென்றே கூறலாம்.

சாளுக்கியன் பிடிபட்டவன், அடிமை, யுத்தக் கைதி என்று தன்னைப் பற்றிப் பல்லவ நாட்டவர் கேலி பேசினதால் கூட அவன் மனம் புண்படவில்லை.

"வாதாபி படுசூரணமாயிற்று."

"சாளுக்கியம் சிதைந்தது."

"புலிகேசி பிணமானான்."

இந்த வார்த்தைகள், எந்தப் பக்கத்திலும் கிளம்பின! நாலா பக்கங்களிலிருந்தும் அம்புகள், வேல், ஈட்டி முதலியன பாய்ந்து வந்து தாக்குவதுபோல, சாளுக்கியனின் செவியில், இந்த வார்த்தைகள் வீழ்ந்தன.

வேலை ஒன்றும் கடினமில்லை. அதிலும், அவன் வேலைக்கு அமர்ந்திருந்த இடம், பல்லவ சாம்ராஜ்யாதிபதியின் அரண்மனைக்கு அடுத்த அந்தஸ்துள்ளது! படைத்தலைவர் பரஞ்சோதியிடம், அந்தச் சாளுக்கியன் வேலைக்கு அமர்ந்தான். தாய் நாட்டின் வெற்றிக்காக, வீரவாளேந்தி, பணிபுரிந்து வந்த அந்தச் சாளுக்கியனுக்கு, என்ன வேலை

கிடைத்தது? பரஞ்சோதியின் ஆயுதச்சாலையில் காவல்!! பரஞ்சோதிக்கு அடைப்பம் தாங்கும் பணி; எடுபிடி வேலை செய்வது, நிலத்தில் உழுவது, தோட்டக்காவல் - இப்படி ஏதேனும் வேலை தந்திருந்தால்கூட, அந்தச் சாளுக்கியனின் மனம் வேதனை அடைந்திருக்காது. ஆளப் பிறந்தவர்கள் கூட ஆளடிமையானதுண்டு. படையிலே பணிபுரிய வேண்டியவன், பணியாளானால் பரவாயில்லை, சகித்துக் கொள்ளலாம் என்றாவது தோன்றும். ஆனால், சாளுக்கியனுக்குத் தரப்பட்ட வேலை, பரஞ்சோதியின் ஆயுதச் சாலையிலே காவல் புரிவது!

அந்த வாள் - எத்தனையோ சாளுக்கியப் படைத்தள பதிகளின் சிங்களை வெட்டி வீழ்த்திய வாள்! சாளுக்கியரின் குருதி தோய்ந்த வாள்! வேல்! அம்பி! ஈட்டி! எறிவாள்! சொருகுவாள்! வளை மற்றும் பல பொறிகள் எல்லாம் சாளுக்கிய சாம்ராஜ்ய அழிவுக்குப் பயன்பட்ட கருவிகள்! புலிகேசியைப் பிணமாக்கிய படைத்தலைவனின் ஆயுதச்சாலையிலே, காவல் புரியவேண்டும்! சாளுக்கியன் மனம் மிக மிக வேதனைப் பட்டதிலே ஆச்சரியமென்ன! தாய்நாட்டை அழித்த கருவிகள், நாள்தோறும் பார்க்க வேண்டும்; அவை வரிசையாக, ஒழுங்குபடுத்தவேண்டும், பழுது பார்க்க வேண்டும் - இவை, சாளுக்கியனின் பணி! இதைவிட, நாள்தோறும், நானூறு சவுக்கடி பெற்றுக் கொள்ளவேண்டும். என்று கட்டளையிடலாம்! பிரதி தினமும் பாம்புப்புற்றிலே கரத்தைவிட்டுக் கடிபட வேண்டும் என்ற தண்டனை தந்திருக்கலாம்.

ஒவ்வொரு நாளும், பரஞ்ஜோதியின் ஆயுதச்சாலையில் காவல் புரிவதைவிட, ஒவ்வொரு விநாடியும், அந்த வாளைக் காண்பதைவிட, அந்தத் தண்டனைகள் கொடுமையல்லவே என்றெண்ணினான் சாளுக்கியன்.

இவ்வளவு வேதனையில் தள்ளப்பட்ட, வில்லாளன் - அந்தச் சாளுக்கியனின் சிறப்புப் பெயர் அங்ஙனம் அமைந்திருந்தது - தன் தாய்நாட்டைப் பற்றி எண்ணத் தவறவில்லை. எண்ணினது மட்டுமல்ல, தன் ஆயுள் முடிவதற்குள், தாய் நாட்டுக்கு ஏற்பட்ட பழியையும் இழிவையும், தன் இரத்தத்தால் கழுவ வேண்டும் என்று தீர்மானித்தான்.

அவன் அந்தப் பிடி சாம்பலை மட்டும் விடவில்லை பேழையில் இருந்தது. சிறு பட்டுத் துண்டிலே முடியப்பட்டு! யாருமறியாவண்ணம், ஒவ்வோர் நாளும் நடுநிசியில் செல்வான்; பேழையைத் திறப்பான்; கண்களிலே கொப்பளிக்கும் நீரைத் துடைப்பான்; பட்டு முடிப்பை எடுப்பான், பார்ப்பான்; பெரு மூச்செறிவான்; 'பிடி சாம்பல்! பிடி சாம்பல். முடிவிலொரு பிடி சாம்பல்! சாளுக்கியன் கரத்தில் சாளுக்கிய நாட்டின் அழிவைக் காட்டும் பிடி சாம்பல்!' என்று தனக்குள் கூறிக் கொள்வான்; பட்டு முடிப்பைப் பேழையுள் வைப்பான்; பிறகு படுக்கையிற் சென்று புரள்வான்; கண்ணை மூடினால், களம் தெரியும்; திறந்தாலோ, விளக்கொளி தீப்பந்தமாகக் காணப்படும்; விடிய விடியத் துடித்தபடி இருப்பான்! வேறென்ன செய்வான்! வெற்றி பெற்ற வீரரிடம், அவனோர் வேலைக்காரன். சரணடைந்த சாளுக்கியன் தன் தாய்நாடு சாம்பலானதைக் கண்டவன்!

பரஞ்ஜோதியின் ஆற்றலை, வாதாபியின் வீழ்ச்சி, தமிழகம் உணரச் செய்தது. நரசிம்மப் பல்லவனின் கீர்த்தி, பல்லவ சாம்ராஜ்யத்தின் சிறப்பு, இவை பற்றி மக்கள் பேசாமலில்லை, பெருமை அடையாமலுமில்லை. ஆனால், பரஞ்ஜோதியைப் பற்றிப் பேசியான பிறகுதான்!

பரஞ்ஜோதியின் புகழ் வளர்வது கண்டு, சாளுக்கியன் ஏற்கெனவே வேதனைப் பட்டதைவிட அதிகமாக அனுபவித்தது சகஜம். ஆனால், பரஞ்ஜோதியின் புகழ்

வளருவது கண்டு, பல்லவ சாம்ராஜ்யத்திலே வேறு சிலருக்கு வேதனை பிறந்தது. அவர்கள், பரஞ்ஜோதிபோல, படைத் தளபதிகளுமல்ல - புகழுக்காகப் போட்டியிடுபவர்களுக்குள் உண்டாகும் மாச்சரியம் என்ற அளவிலே கருதலாம். ஆனால், பரஞ்ஜோதியின் புகழ் ஒளி கண்டு, வேதனைப்பட்டவர்கள், வீரர்களல்லர்!

பல்லவ சாம்ராஜ்யம் பல்வேறு வளங்களுடன் சிறந்து விளங்கிற்று. செல்வம் செழித்த இடம். கலையும் ஓங்கி வளர்ந்திருந்தது. மன்னன் நரசிம்மன், வைணவன் - ஆனால், சைவரின் பகைவனல்லன்!

சைவம் - வைணவம் இரண்டும் வெளிப்படையாக ஒன்றை ஒன்று தாக்கிக் கொண்டு, ஊரைக் களமாக்கிய காலமல்ல அது. அந்தக் கோரம் குறைந்துவிட்டது. குறைய வேண்டிய அளவு. வேறோர் மார்க்கம், இரண்டையும் அறைகூவி அழைத்தது. அந்த மார்க்கமே, சமணம். சமணத்தின் ஆதிக்கத்தைக் கண்டு, வைணவமும் சைவமும் அஞ்சின - அஞ்சினதுடன், இரு சக்திகளும், கூட்டுச் சக்தியானாலொழிய, சமணத்தை வீழ்த்த முடியாது என்று முடிவு செய்தன. எனவே தான் சைவ - வைணவ, மாச்சரியம் குறைந்தது. அரியும், அரனும் ஒன்றுதானென்று பேசப்பட்டு வந்தது. இரு மார்க்கங்களும், இறைவனின் திருவடிகளுக்கே அழைத்துச் செல்ல ஏற்பட்டன - சமணம் போல, நிரீஸ்வரவாதமல்ல அவை - என்று பேசவும் தலைப்பட்டன.

இந்த 'பாசம்' இருந்த காலம் - பல்லவ சாம்ராஜ்யம் ஓங்கி வளர்ந்த சமயம். பல்லவ மன்னர்களும், சைவ - வைணவம் இரண்டையும் ஆதரித்து வந்தனர். மன்னரின் ஆதரவு பெற்றதால், இவ்விரு மார்க்கங்களும், மகோன்னத நிலை அடைந்தன. பெரும் பொருள் செலவிட்டுக் கலை நிபுணர்களை கொண்டு அழகான பல பெரிய கோவில்களை அமைத்து மன்னர்கள். 'பக்திமான்'கள் - 'கலாவாணர்கள்'

என்ற விருதுகளுடன் புகழடைந்தனர். சமணம், ஆதரிப்பாரற்றுப் போயிற்று. இசையும் நடனமும், கூத்தும் கேளிக்கையும் பஜனைகளும் பல்வேறு விழாக்களும், சைவ வைணவச் செல்வாக்கை அதிகரிக்கச் செய்ததுடன், மக்களுக்குப் பெரியதோர் மனமயக்கத்தை ஊட்டின. இத்தகு முறைகளற்றதாலும் தத்துவங்களின் மீது கட்டப்பட்டதாலும், துறவு நிலையைப் பெரிதும் வற்புறுத்துவதை நோக்கமாகக் கொண்டிருந்ததாலும், சமணம் செல்வாக்கிழந்தது. அரசன் எவ்வழி, குடிகள் அவ்வழி என்ற முறைக்கேற்றபடி, மன்னரின் ஆதரவைப் பெற்ற சைவ - வைணவத்தையே மக்களும் ஆதரித்தனர்.

இந்த 'வெற்றி'க்காக ஏற்பட்ட, சைவ - வைணவக் கூட்டுறவு, சமணம் இனித் தலைதூக்காது என்ற நிலை ஏற்பட்ட பிறகு, மீண்டும் போட்டியிடலாயின. இம்முறை நடந்த போட்டி, மக்களிடை, தத்தமது மதத்தின் அருமைபெருமைகளை எடுத்துக் கூறியும், வேறு மதத்தின் சிறுமைகளை எடுத்துக் காட்டியும், நடத்தப்படும் பிரச்சாரமாக அமையவில்லை. பல நாட்கள் 'அரியும் - அரனும் ஒன்றே' என்று மக்களிடையே பேசியாகிவிட்டதால், மீண்டும், அரி - அரன் இருவரில், யார் உண்மைத் தெய்வம், சைவம் - வைணவம் இரண்டிலே எது சிறந்த மதம் என்ற போட்டிப் பிரச்சாரத்தை நடத்துவது முறையுமாகாது, பலனும் தராது என்பதை அறிந்த, அம்மதத் தலைவர்கள், மக்களிடம் சென்று பேசி, மண்டையை உடைக்கும் கலகத்தை மூட்டிவிடும் முறையைக் கைவிட்டு, அரண்மனையை முற்றுகையிடலாயினர்! மன்னரிடம் செல்வாக்குப் பெற்று, தமது மார்க்கத்துக்கு மதிப்புத் தேட எண்ணினர். அரசாங்க மதம் என்ற அந்தஸ்து கிடைப்பதற்காக அரும்பாடுபட்டனர். இந்த முயற்சியில், போட்டியில், ஓரோர் சமயம், சைவரும், பிறிதோர் சமயம் வைணவரும் வெற்றி பெறுவர் - அதற்கேற்றபடி சைவத்துக்கோ, வைணவத்துக்கோ, ஆதிக்கம் கிடைக்கும். அரசபலம் பெற்று அந்த மதம் ஓங்கும்.

இந்தப் 'போட்டிக்கு'ப் பல்லவநாடு, வளமான இடமாக அமைந்தது. ஓர் அரசர், வைணவத்தை ஆதரிப்பார் - அவர் காலத்தில் எங்கும் வைணவக் கோவில்கள் எழிலுடன் கிளம்பும்! விழாக்கள், வைணவத்தின் சார்பில் நடைபெறும். மற்றொருவர், சைவத்தை ஆதரிப்பார் - அவர் காலத்திலே சைவக் கோவில்கள் கட்டப்படும்; இம்முறையில், இரு மார்க்கங்களும் தழைத்தன.

நரசிம்ம பல்லவன், வைணவ மதத்தை ஆதரித்தான் - அவனுடைய தகப்பனோ, சைவன். மன்னன் மகேந்திரன் காலத்திலே, மகேஸ்வரனுக்குக் கோவில்கள் கட்டப்பட்டு, மானியங்கள் அளிக்கப்பட்டன. மகேந்திரன் மகன், நரசிம்மப் பல்லவன், வைணவ மதத்தை ஆதரித்தான்.

இந்நிலையில், படைத்தலைவர், வாதாபியின் மாபெரும் வெற்றி பெற்ற மாவீரன், பரஞ்ஜோதி சைவன். பரஞ்ஜோதியின் புகழொளி கண்டு, வைணவருக்கு அருவருப்பு ஏற்படாமலிருக்க முடியுமா! மன்னனின் ஆதரவு வைணவத்துக்குக் கிடைத்திருக்கிறது. ஆனால் வெற்றி ஒளியோ, சைவப் பரஞ்ஜோதி மீது வீசுகிறது - சைவர் பெருமையடைகின்றனர் - இது இத்துடன் நிற்குமோ, அன்றி, அரண்மனைக்குள், சைவம், புகுநிலை ஏற்படுமோ! பரஞ்ஜோதி புகழ் பெருகுவது, வைணவத்துக்கு இருட்டடிப்பாய் முடியுமாயின், என் செய்வது என்ற அச்சம் அரிதாசர்களைப் பிடித்தாட்டிற்று.

"பரஞ்ஜோதி, மாவீரன்; தமிழ் நாட்டின் திலகம்; பல்லவ சாம்ராஜ்யத்தின் மணிவிளக்கு."

"ஹர்ஷனை வென்றான் புலிகேசி! புலிகேசி தோற்றான் நம் பரஞ்ஜோதியிடம்!"

“படைத்தலைவருக்கேற்ற புத்தி கூர்மை, அஞ்சா நெஞ்சு அனைத்தும் படைத்த ஆற்றலானன்றோ நம் பரஞ்ஜோதி.”

“படைத்தொழில் நுட்பம் சகலமும் அறிந்தவர்.”

“வாதாபியின் வீழ்ச்சி...”

“வாடிக்கிடந்த மக்களைக் குதூகலப்படச் செய்து விட்டது.”

“மற்றையத் தமிழ் வேந்தர்களும்...”

“பாராட்டுவர், வெளியே; உள்ளே பொறாமை அடைவர்.”

“பயமிருக்கும்!”

“எங்கும் இந்த இணையில்லா வீரருக்குப் பெருமதிப் புத்தான்!”

“மக்கள், பரஞ்ஜோதியை...”

“வணங்குகிறார்கள்!”

“மன்னருக்கும் அவரிடம் அளவு கடந்த மதிப்பு!”

“இராதா? ரணகளச்சூரன்! வெற்றி வீரன்! வாதாபிக்குத் தீயிட்ட தீரன்! மகேந்திர மன்னன் தோல்வியைத் துடைத்த தளபதி! மட்டற்ற மதிப்பும் மங்காப் புகழும் இந்தப் பல்லவ பரம்பரைக்குப் பெற்றுத் தந்த தலைவன்...”

“ஆம்! ஆனால்... பரஞ்ஜோதி ஒரு சைவன்!”

“ஆமாம்! சைவன்!”

“சைவன்! மன்னன் வைஷ்ணவன்! நாமும் அரிதாசர்கள்! கீர்த்தி பெற்றவனோ சைவன்!”

“ஆனால், அதனால்”

“ஆனால் என்ன! அதனால் என்ன! பரஞ்ஜோதியின் புகழ், சைவத்துக்குத்தான் உரம் அளிக்கும். பாற்கடலிற் பள்ளி கொண்ட பரந்தாமனின் பக்தனான நரசிம்ம மன்னனின் மனமும், மெள்ள மெள்ள, சைவானம் பரஞ்ஜோதியின் கீர்த்தியைக் கேட்டுக் கேட்டு மாறி...”

“மகேந்திர மன்னன் மகன்! வைணவத்தை விட்டு...”

“தந்தை போலத் திருநீற்றுப் பூச்சுக்காரனாவானே!”

“நிச்சயம்! அரச அவையில் ஆற்றலரசன் பரஞ்ஜோதி வீற்றிருக்கும் வரை, வைணவத்துக்கு இந்த ஆபத்து ஏற்பட்டே தீரும் என்று நிச்சயமாகச் சொல்லுவோம்.”

“ஏன் அப்படி எண்ணுகிறீர்! எம்பெருமானின் பெருமைகளை எடுத்துக் கூறுவோம். சைவம் உயர்ந்ததா வைணவம் சிறந்ததா என்பதை பரஞ்ஜோதியே முன்னின்று பேசுவதாயினும், நமது கட்சி ஜெயம் பெறச் செய்யும் சக்தி நமக்கு இல்லையா? மேலும் பரஞ்ஜோதி போரிலே புலி; போதகாசிரியனோ? வீரன்; ஆனால் வைணவத்தை வீழ்த்தக்கூடிய விவகார ஞானஸ்தானே! வரட்டுமே, அப்படியொரு சந்தர்ப்பம். வைணவமே சிறந்தது என்று என்னால் - உங்கள் யாவரைக்

காட்டிலும் ஞானத்திலே மிகக் குறைந்தவனான அடியேனால் ஸ்தாபிக்க முடியும்.''

“அசட்டுத்தனமான காரியம்! சைவம் பெரிதா, வைணவம் பெரிதா என்று சண்டையிடத் தொடங்கினால், சமணம் மீண்டும் தலைதூக்கும்.''

“உண்மை! அந்தத் தொந்தரவு வேறு இருக்கிறது.''

“அரி - அர ஒற்றுமைக்கு அவசியம் இருக்கிறது;அந்த ஆபத்தைப் போக்கும் அரு மருந்து அது ஒன்றே மிச்சம். ஆகவே, சைவ - வைணவ விவாதம் கூடாது.''

“பிறகு...''

“அந்த முறை கூடாது! ஆனால், எப்படியேனும் பரஞ்ஜோதியை அரச அவையிலிருந்து நீக்கியாக வேண்டும். அவன் படைத்தலைவனாக வீற்றிருக்கவிட்டால், வைணவம் தானாக நசிந்துவிடும்.''

“மன்னனோ, பரஞ்ஜோதியைக் கிடைத்தற்கரிய பொக்கிஷமாகக் கருதுகிறான்.''

“கருதுகிறானல்லவா! இனி மற்றவர்கள் செல்லாக்காசு தானே!''

“ஆமாம்!...''

“பரஞ்ஜோதி சைவன்! எப்படியேனும், ராஜசபையில் அவன் இனியும் இருக்க இடம் தரலாகாது.''

அச்சம் கொண்ட அரிதாசர்கள், இங்ஙனம் பேசிடாது இருக்க முடியுமோ! சைவம், பிரசாரத்தால் அல்ல; மன்னனிடம் செல்வாக்குப் பெற்று அல்ல, ஒரு மாவீரனின் வெற்றி ஒளியின் துணைகொண்டு இனி, செல்வாக்குப் பெறுமே, மன்னன் நரசிம்மன், அரிதாசன் என்று ஆனந்தமாகக் கூறினவுடன், ஆம்! ஆனால், படைத்தலைவர் பரஞ்ஜோதியார் சைவர் - அவர் பல்லவ நாட்டுக்கே மணிவிளக்காக உள்ளார்; அவர் சிவ பக்தர் - என்றென்றோ சைவர் கூறுவர்!

அரசு ஆதரவு அற்றுப் போய்விடுமோ என்ற அச்சம் கொண்ட வைணவர்கள், வாதாபியை வீழ்ச்சி பெறச் செய்த பரஞ்ஜோதியை, வைணவத்துக்கு வைரியாகிவிடக் கூடியவர் என்று எண்ணி ஏங்கினர். இந்த ஏக்கத்தைப் போக்கிக் கொள்ள, பேச்சு மட்டும் பயன் தருமா, செயலிலும் இறங்கியாக வேண்டுமல்லவா! என்ன செய்ய முடியும்? மெல்ல பிரச்சாரம் நடத்தினர். வருகிறது வைணவத்துக்கு ஆபத்து! மன்னன் நரசிம்மப் பல்லவனின் ஆதரவு பெற்ற வைணவத்துக்கு நெருக்கடியான நிலைமை வருகிறது. வாதாபியிலே பரஞ்ஜோதி பெற்ற வெற்றியைச் சைவர்கள் தமக்குச் சாதகமாகக்கொண்டு, சைவத்திற்கு அரசர் ஆதரவு கிடைக்குமாறு செய்யப் போகிறார்கள். வீழ்ந்தது வாதாபி! தாழ்ந்தது வைணவம் என்ற நிலைமை ஏற்பட்டுவிடும். எனவே, வைணவம் வாழ வேண்டுமானால், பரஞ்ஜோதியாருக்கு அரச அவையிலே, இன்றுள்ள செல்வாக்கு ஒழிந்தாக வேண்டும் - என்று பிரச்சாரம் புரியவும், கட்சி சேர்க்கவும், வைணவர்கள் முனையாமலிருக்க முடியாதல்லவா?

தாய்நாடு சாம்பலானதைக் கண்டு தவித்துக் கொண்டிருந்த சாளுக்கிய வீரன், வில்லாளன், இந்த நிலையை நன்கு அறிந்து கொண்டதுடன், தன் நோக்கத்துக்கு, இச்சூழ்நிலையைச் சாதகமாக்கிக் கொண்டான்.

“பரஞ்ஜோதி! எமது வாதாபிக்கு நெருப்பிட்டாயல்லவா? தீக்கு இரையாக்கினாய் திருநகரை! இதோ, தோற்ற சாளுக்கியன் மூட்டும் தீ, உன் நாட்டை அழிக்கப் போகிறது பார்!” என்று கூறவில்லை - ஆனால் அவன் செய்தது என்னவோ அதுதான். வெகுண்ட வைணவருக்கு, வேகமூட்டலானான், அவர்களிடம் பேசி. என்ன பேசினான்?

“புலிகேசி, பிணமானான் களத்தில்! கடும் புயலினால் வேருடன் களைந்து எறியப்பட்ட மரமானான். சாளுக்கியப் படை சின்னாபின்னமாகிவிட்டது. வாதாபி நகரம் தீக்கு இரையா
யிற்று. எல்லாம் நமது படைவீரர்களின் தீரத்தால் - அவர்கள் காட்டிய அபாரமான போர்த்திறனால்!”

“சாளுக்கியப் படை தோற்றது உண்மை. பல்லவருக்கு வெற்றி கிட்டியதும் உண்மை. ஆனால் அந்த வெற்றிக்குக் காரணம், பல்லவப்படை காட்டிய வீரம் என்று கூறுவது முழு உண்மையாகாது. நண்பர்களே! என் மீது கோபிக்க வேண்டாம். சாளுக்கியர் கோழைகளல்ல; வீரம், பல்லவருக்கு மட்டுமே உரித்தானதுமல்ல; பல்லவப் படை காட்டிய வீரம் மட்டுமல்ல, வாதாபியின் வீழ்ச்சிக்குக் காரணம்...”

“பேசுகிறாய், பெருமூச்செறிகிறாய், உண்மை அல்ல வென்கிறாய். நீ கூறுவதுதானே, பல்லவப் படையின் வெற்றிக்குக் காரணம். அவர்களின் வீரதீரமல்லவா?”

“அதுமட்டுமல்ல என்றுதான் கூறுகிறேன்.”

“ஆமாம் நண்பர்களே! அவன் கூறுவதிலும் அர்த்தம் இருக்கிறது. படைவீரர் காட்டிய வீரம் மட்டுமல்ல, வெற்றிக்குக் காரணம். படைத்தலைவர் பரஞ்ஜோதியாரின்

அபாரமான ஆற்றலும், போர்த்தொழில் நுண்ணறிவுமேதான் வெற்றிக்கு முக்கிய காரணம்.''

“முக்கிய காரணம் என்று கூறினீர் வீரரே! பொருத்தமாகப் பேசினீர், குழம்பியநிலை மக்கள்; தலைவர் கூற்றை கேட்டல் வெற்றிக்கு முக்கிய காரணம் தளபதியின் தீரமும் திறமும். ஆனால் மூலகாரணம் ஒன்று இருக்கிறது.''

“அதென்னவாம், மூல காரணம்?''

“உண்டு.''

“உண்டெனினும் கூறும். விழியை உருட்டினால் விஷயம் விளங்குமோ! பெருமூச்சு, எங்களுக்குக் கூறும் பதிலாகுமா?''

“எனக்குத் தெரியும் அந்த மூலகாரணம். கூறினால், நீங்கள் சரி என்று ஏற்றுக் கொள்ள மாட்டீர்களே என்றுதான் அஞ்சுகிறேன்.''

“அறிவுக்குப் பொருத்தமானது எது கூறினும், மறுப்புரை கூறுவது எமது மரபன்றோ. மூல காரணம் என்ன? சொல், கேட்போம்.''

“உரைக்குமுன் ஒன்று, உம்மைக் கேட்கிறேன்; கோபியாது பதில் கூற வேண்டும். வீரமும் வீரரும், படைவரிசை யும் படைக்கலன்களும், உங்கட்கு, பல்லவ வேந்தன் நரசிம்மன் காலத்துக்கு முன்பும் உண்டல்லவா?''

“ஏன் இல்லை! மன்னன் மகேந்திரன் காலத்தில் மாவீரர்கள் இருந்தனர்.''

"மகேந்திரன் காலத்திலே, போர் இருந்ததன்றோ?"

"ஆமாம்! போரிட்டோம்."

"வருத்தமோ, வெட்கமோ வேண்டாம் நண்பர்களே! மகேந்திரன் காலத்திலே, தோல்வி கண்டீர்கள். பெருந்தோல்வி. வீரர்களே! வீரமும் தீரமும் நிறைந்த வேந்தன் புலிகேசியின் படைகள், பல்லவ நாட்டுக்குப் பயங்கரமானதோர் புயலாயிற்று. அதைத் தாங்க மாட்டாது தவித்த பல்லவப் படைதான், இன்று வாதாபியை வென்றது."

"ஆமாம்."

"எப்படி முடிந்தது என்று கேட்கிறேன்."

"இது என்ன கேள்வி? வீர தீரமிக்க எமது படைகள், ஆற்றல் மிக்க எமது தலைவர், பரஞ்ஜோதியின் திறமையால் வெற்றி கிடைத்தது."

"உண்மைக்கு வெகு அருகாமையிலே வந்து விட்டீர்களே! பரஞ்ஜோதி! ஆம்! அந்தச் சைவரின் பலம்! சைவத்தின் மகிமை! அதுதான் வெற்றியைத் தேடித்தந்தது. படைத் தலைவரின் சிவசக்தியே பல்லவத்தின் வெற்றிக்குக் காரணம். வாதாபியை, உமது படைவீரர் கொளுத்தினார் என்று எண்ணுகிறீர்! பித்தம் உங்களுக்கு. சிவபக்தராம் பரஞ்ஜோதி, சைவத்தின் பலத்தை, எமக்கு விளக்க அல்ல, வைணவ நரசிம்ம மன்னருக்கு விளக்க, திருபுராந்தகனை வேண்டித் தொழ, அவர் தமது நெற்றிக் கண்ணைத் திறந்தார் - ஒரு கணம்; ஆமாம்! எமது வாதாபி எரிந்தது - பிடி சாம்பல்! பிடி சாம்பல்! முடிவிலோர் பிடிசாம்பலாயிற்று!"

பகுதி: 2

சாளுக்கியன், சைவத்தின் மேன்மையை வெற்றிக்குக் காரணம் என்பதை விளக்கினது, கலங்கிக் கிடந்த வைணவருக்கு, மேலும் கலக்கத்தைக் கொடுத்தது. அவர்களுக்கு ஆத்திரமாகத்தான் இருந்தது. அவன்மீது அடங்காக் கோபம் ஏற்பட்டது. அவன் பொய்யுரைத்திருப்பின், கோபம் பொங்கிப் பிறகு அடங்கிவிட்டிருக்கும். ஆனால் அவன் சொன்னதை எண்ணிப் பார்க்கப் பார்க்க, அவன் உரையிலே உண்மை இருக்கக் கண்டனர். காணவே, கோபம் மேலும் மேலும் கொதித்தது!

அந்தச் சாளுக்கியன் அடிமைதான்! ஆனால் அவன் சொன்னது உண்மை. வெற்றிக் களிப்பு, அந்த வேதனையை மாற்ற முடியாது. எந்தப் புலிகேசி களத்திலே பிணமாக்கப் பட்டானோ, அவனுடைய வெற்றி முரசு, பல்லவத்தின் தலை நகரத் தலைவாயிலில் கேட்டதை அத்தமிழ் வீரர்களறிவர். மகேந்திரன் காலத்தில் நேரிட்ட அந்த விபத்தைச் சாளுக்கியன் கவனப்படுத்தினான். என்ன கர்வம்! என்ன ஆணவம்! தோற்றோடிய துஷ்டன், துடுக்குத்தனமாகவும் பேசுகிறானே! வெற்றி வீரர்களாக இருக்கும் நம் எதிரிலேயே, நம்மை இழிவாகப் பேசுகிறானே! என்று கோபம் பிறந்தது முதலில். ஆனால் உடனே தணிந்து விட்டது. அவன் உரைத்ததோ உண்மை! ஓர் நாள், காஞ்சிபுரம், பல்லவத்தின் தலைநகரம், இன்றோ நாளையோ, இரவோ, பகலோ, இப்போதோ, இன்னும் சற்று நேரத்திலோ, சாளுக்கியனிடம் சிக்கிச் சீரழியும் என்று வீரர்கள் எல்லாம் விசாரப்பட்ட நிலை இருந்தது. தோல்வி! துயரம்! வெட்கம்! வேதனை! அதனைத் தான், பிடிபட்ட சாளுக்கியன் கவனப்படுத்தினான். பிழை அல்ல, உண்மை.

ஆம்! அந்த நாள், அவர்கள் கவனத்துக்குக் கொண்டு வரப் பட்டதும், பழைய நிகழ்ச்சிகள் பலவும் மனக்கண் முன் தோன்றின.

பல்லவ சாம்ராஜ்யத்தைப் பதைக்க வைத்த புலிகேசி, அவர்கள் மனக்கண்முன் வந்து நின்றான்.

புலிகேசி, இராஷ்டிரகூடர், கடம்பர், கொங்கணர், இலாடவர், சேதிநாட்டவர், கலிங்கர், கோசலர், வேங்கி நாட்டவர் என்று பல்வேறு நாட்டவரை வென்று புகழ் பெற்றவன். சாளுக்கியாதிபதி சமர் செய்து வைரம் ஏறிய வீரனானான்! எங்கும் வெற்றியே கண்டான்.

புலிகேசியின் புகழ், வடக்கே இமயம் வரை மட்டுமல்ல, பாரசீக மண்டலம் வரை பரவிற்று. பாரசீக மன்னன் வெற்றிப் பவனி வரும் புலிகேசியிடம் தோழமை கொண்டாடுவதைத் தனக்குற்ற பெருமை எனக்கொண்டான். இமயம் தடுத்திராவிட்டால், அதற்கு அப்பாலுள்ள நாடுகளையும் 'ஒரு கை' பார்த்திருக்கக் கூடியவனே புலிகேசி. சாளுக்கிய நாட்டின் புகழொளியாய் விளங்கிய புலிகேசி பெற்ற எல்லா வெற்றிகளையும் மிஞ்சிவிட்டது. ஹர்ஷனுடன் போரிட்டுப் பெற்ற வெற்றி, சாம்ராஜ்யாதிபதி எனவும், சமரில்வல்லவனெனவும் புகழ் பெற்றவன் ஹர்ஷன். வடநாட்டிலே அவன் அமைத்த வல்லரசு, தென்னாட்டையும் விழுங்கிவிடக் கூடியதோ என்று எவரும் அஞ்சக்கூடியதாகவே இருந்தது. வடநாட்டுச் சிற்றரசர் களின் சிரம் தன் அடிதொழ, மணிமுடி பூண்டு மகோன்னதமாக வாழ்ந்து வந்த ஹர்ஷன், தனக்கு இணை யாரும் இல்லை என்று இறுமாந்திருந்ததில் ஆச்சரியமில்லை. அவனுக்கு ஈடும், எதிர்ப்பும், சாளுக்கியத்திலிருந்து கிளம்பிற்று. புலிகேசி போர் தொடுத்தான். தோல்வி கண்டறியாத ஹர்ஷனைத் தோற்கடித்தான். புலிகேசியின் புகழ், இந்த வெற்றியினால்

உச்சநிலை அடைந்ததும், சாளுக்கிய நாட்டுக்குப் பெருமதிப்பு பிறந்தது.

மகேந்திரன், மதிவாணர்களின் தோழன்; இசைவாணர் கட்கு நண்பன்; மாவீரர்கட்குத் தலைவன். பல்லவ நாடு பலவகை வளங்களுடன் விளங்கிடவே, மகேந்திரன், கலை இன்பத்திலே மூழ்கினான். மலைகளைக் கோயிலாக்கினான். காவியரும் ஓவியரும் களி கொள்ளும் விதத்திலே, செல்வத்தை அள்ளித் தந்தான். இன்பபுரியாகத் திகழ்ந்தது பல்லவ நாடு.

பூங்காவை அழிக்கப் புயல் கிளம்புவது போல, கலை இன்பத்தில் ஈடுபட்டிருந்த காவலனின் மன அமைதியைக் கெடுக்கவும், பல்லவ நாட்டின் சுதந்திரத்தை மாய்க்கவும், புலிகேசி புறப்பட்டான். தலைநகருக்கு வெளியே சென்று, தாக்க வரும் சாளுக்கியப் படையை எதிர்ந்து நின்று பார்த்தான். பல்லவன். முடியவில்லை. பல்லவனின் படை வரிசையைப் புலிகேசி பிளந்திடலானான். களத்திலே நிலைமை மோசமாகி வருவதை உணர்ந்தான் மகேந்திரன். கடைசி வரை அங்கேயே நின்று போரிட்டு, களத்திலே பிணமாவதா, அன்றி வரவிருக்கும் ஆபத்தினின்றும் அந்தச்சமயம் எப்படித் தப்புவது என்ற முறையைக் கவனிப்பதா என்று யோசித்தான். ஆவேசத்துடன் போரிடும் சாளுக்கியப் படையிடம் தோற்றால், தோல்விக்குப் பிறகு, வெற்றி வெறியுடன் அப்படை முன்னேறிச் செல்லும்; தலைநகருக்குள் நுழையும். தலைநகரமோ கலைக்கூடம். சிற்பிகளின் சிந்தனைகளைச் சித்தரித்துக்காட்டும் மாட மாளிகைகள்! இசை பயிலும் இடங்கள்! கூத்தர் தங்கும் கூடங்கள்! நல்லற மன்றங்கள்! பள்ளிகள்! இவை எல்லாம் பாழ்படுமே! பல்லவனின் உள்ளமெலாம் அதனையே எண்ணிற்று. எண்ணிடவே, என்ன செய்தேனும் தலைநகரை, கலைக்கூடத்தை, காஞ்சிபுரத்தைக் காப்பாற்றியாக வேண்டும் என்று உறுதி பிறந்தது. ஆம்! காஞ்சிபுரத்துக்குள்ளே சென்று

தங்கிவிட வேண்டும். அந்நகர் கலைக்கூடம் மட்டுமல்ல, எதிரி சுலபத்திலே பிடிக்க முடியாத கோட்டையுங்கூட! மதிற்சுவர்கள் பலமானவை.

மகேந்திரன், தன் படைவீரர்களை அழைத்துக் கொண்டு காஞ்சிபுரத்துக்கு வந்து சேர்ந்தான். உள்ளே, முஸ்தீபுகளைப் பலப்படுத்தினான். சாளுக்கியப் படைக்கும் பல்லவப் படைக்கும் இடையே, பலமான மதில்! கலைக்கூடம், கோட்டையாகி விட்டது. முற்றுகையிட்டான் சாளுக்கியன். காஞ்சிபுரத்தைக் கைப்பற்றுவது அவ்வளவு எளிதானதல்ல என்பதைக் கண்டான். வேட்டைக்காரரிடமிருந்து தப்பி, சிங்கம் தன் குகைக்குள்ளே நுழைந்து கொண்டது போலிருந்தது மகேந்திரன் நிலைமை. இந்திய உபகண்டத்திலே, பல்வேறு இடங்களிலும், தன் பண்பால், உயர் மதிப்புப் பெற்று விளங்கிய காஞ்சிபுர மக்கள், அதுகாலை, கலக்கமடைந்து, காலமெல்லாம் செலவிட்டுக் கருத்தைச் செலவிட்டு அமைத்த கலைக்கூடங்கள், சாளுக்கியனால் அழிந்துபடுமோ என்று அஞ்சினர். சமணம், பௌத்தம், வைணவம், சைவம் எனும் மதத் துறைகள் ஒவ்வொன்றுக்கும், ஆங்கு பேராசிரியர்கள் இருந்தனர்; பல்கலைக்கழகங்கள் இருந்தன; வணிகர்கள், வெளிநாட்டு வேந்தர்கட்கும் நுண்ணறிவு கூறிய பண்பினர் இருந்தனர்; நாளந்தா, தட்சசீலம் முதலிய வடநாட்டுப் பல்கலைக் கழகங்களுக்குப் பேராசிரியர்களைத் தந்து உதவிய, சான்றோர் மன்றமாக விளங்கிய காஞ்சிபுரம், இனிச் சாளுக்கியப் படைக்கு இரையாவதோ! இதற்கோ இத்துணை எழிலும் செல்வமும், கலையும் உயர்நிலையும் பெற்றோம், வளர்த்தோம் என்றெண்ணி ஏங்கினர்.

சாளுக்கிய மன்னன் புலிகேசி, மகேந்திரன் மருட்சி அடைந்தது கண்டு மகிழ்ந்து, அடியோடு பல்லவ நாட்டை அழித்தொழிப்பதைவிட, அங்கு தனக்குப் பணிந்த நிலையில் பல்லவ மன்னன் இருந்து அரசாள்வது சிறந்தது என்று

எண்ணியே, சாளுக்கியன் சென்றான். பல்லவனின் படைபலம் பாழ்பட்டது. செல்வம் குறைந்தது. மதிப்பு மங்கிற்று. தோல்வித் துயரத்தால், பல்லவம் துவண்டுவிட்டது. அதைத்தான் அந்தச் சாளுக்கியன் கவனப்படுத்தினான். பழைய புண்ணைக் கிளறினான் - கிளறியதோடு விடவில்லை - தோல்வியால் துவண்ட பல்லவம், மீண்டும் ஒளிபெற்றது. சைவத்தின் பலத்தினால் என்று கூறுவதன் மூலம், புண்ணிலே வேலும் பாய்ச்சினான், எங்ஙனம் தாங்குவர் இந்த வேதனையை.

சைவம் வெல்கிறது! சைவம் ஓங்குகிறது! வீழ்ந்தது வாதாபியல்ல, வைணவம் வீழ்ந்தது! என்று பல்லவ நாட்டு வைணவர்கள் பதைபதைத்தனர்.

சாளுக்கியன் எதிர்ப்பார்த்தது நடைபெறத் தொடங்கிற்று. வெற்றிக்களிப்பினூடே வேதனை. ஆனந்தப்பட வேண்டிய மக்களுக்குள்ளே, அச்சம், அருவருப்பு, அவநம்பிக்கை! ஆம்! அவன் எண்ணத்தின்படி, பல்லவ நாட்டுக்குள் தீ மூண்டுவிட்டது - கலகத்தீ!

இது மூண்டுவிட்ட பிறகு, சாளுக்கியனின் மனதிலே, நம்பிக்கை அதிகரித்தது. பரஞ்ஜோதியாரிடம் பணியாளாக இருப்பவன் என்ற முறையிலே, பலரைக் காணச் சந்தர்ப்பம் கிடைத்ததைப் பயன்படுத்திக் கொண்டு, சைவத்தின் மேன்மையை விளக்கும் போக்கின் மூலம் எவ்வளவு அருவருப்பைக் கிளப்ப முடியுமோ அந்த அளவு செய்து வந்தான்.

“என்ன இது?”

“திருநீறு?”

“ராம! ராம!”

“ஏன்? இந்தத் திருநீறு அல்லவா பல்லவ ராஜ்யத்தைக் காப்பாற்றி, நரசிம்ம மன்னனின் பீடம் ஆடாதபடி பார்த்துக் கொண்டது - பாதுகாப்பளித்தது?”

“துடுக்குத்தனமாகப் பேசாதே. ஓய்! வைணவ சிரோன் மணியே! வாயை மூடும்! வாதாபி தீக்கு இரையாகாது இருந்தால் என்ன நேரிட்டிருக்கும்?”

“நேரிடுவது என்ன - என்ன ஐயா! மிரட்டுகிறீர்?”

‘நானா? இதுவா மிரட்டல்! உண்மையைக் கண்டு ஏன் நீர் மிரள்கிறீர்? வாதாபி வீழ்ச்சி, பல்லவனின் மீட்சியல்லவா?’

“ஆமென்றே வைத்துக் கொள்வோம்!”

இதிலென்ன தயை! சாளுக்கியப்படையை, சாலிக்கிராமம் தடுத்துவிடவில்லை, ஞாபகமிருக்கட்டும். ‘சாடாட்சரம்’ தடுத்தது. சடாட்சரமோ, பஞ்சாட்சரமோ - எனக்கு அக்கறை இல்லை; எமது நரசிம்ம மன்னர் வெற்றி பெற்றார் மன்னர், மனமறிந்த பொய் பேசுகிறீர். மாதவன் அடியார் என்று கூறிக் கொள்கிறீர். மன்னனுக்கு வெற்றியைப் பெற்றுத் தந்தது, இந்தத் திருநீறு. தோல்வியால் துவண்ட பல்லவ நாட்டை வெற்றியால் ஜொலிக்கச் செய்த விசித்திர நீறு! மதிலுக்குள் ஓடி ஒளிந்து மகேந்திரனின் காலத்தை - அவன் மகன் காலத்தோடு ஒப்பிட்டுப் பாரும்! இடையே என்ன காண்கிறீர்? அன்று பரஞ்ஜோதி இல்லை; விளைவு என்ன? படுதோல்வி; இன்று பரஞ்ஜோதி இருக்கிறார். பலன்? பெருவெற்றி! திருநீற்றின் வெற்றி - சிவனருளின் வெற்றி! - சைவத்தின் மேன்மையை ஜெகம் அறியச் செய்தது இந்தப் பிடி சாம்பல்!

பூசும் நெற்றியில், வாழ்க்கை வற்றாத வளமுள்ளதாகும். இது சாமான்யத் திருநீறு அல்ல - பரஞ்ஜோதி

யின் பூஜைக்குப் பயன்படும், பரிமளத் திருநீறு - பகையை ஒழிக்கும் பொடி - பல்லவ சாம்ராஜ்யத்தை நிலைநாட்டிய திருநீறு!

வில்லாளன், விபரீதமான விளையாட்டிலே ஈடுபட்டான். சைவத்தின், மேன்மையை எடுத்துக் கூறுவது மட்டுமல்ல, மதமாற்ற வேலையையே, அதிலும் கட்டாய மதமாற்றக் காரியத்தையே துணிவுடன் செய்யலானான். அவன் தோற்ற சாளுக்கியன்தான் - அடிமை, சந்தேகமில்லை - ஆனால் அவன் 'பெரிய இடத்திலே' படைத்தலைவர் வீட்டிலே அல்லவா பணியாளாக இருக்கிறான். அக்கிரமக் காரியந்தான் செய்கிறான் - கட்டாய மதமாற்றம் - ஆனால், அதற்காக அவனைக் கண்டித்தால், தண்டித்தால், அவன் பரஞ்ஜோதியாரிடம் முறையிட்டுக் கொள்வானே!

"என்ன துணிவு உங்கட்கு! எனது மனையிலுள்ள பணியாளைத் தண்டித்தீர் - அது என்னையே கேவலப்படுத்தியதன்றோ! என்ன எண்ணினீர் என்னைப் பற்றி! என் ஆற்றல் தேவைப்பட்டது. புலிகேசியை வீழ்த்த. இன்று என்னை அவமானப்படுத்துகிறீர் - என்று பரஞ்ஜோதியார் சீறினால் என்ன செய்வது. "நீங்கள் கண்டிக்குமளவு என்ன குற்றம் புரிந்து விட்டான் வில்லாளன்! திருநீற்றின பெருமையை எடுத்துக் கூறினதா, குற்றம்! திருநீறு, உமக்குப் பிடிக்கவில்லை, ஆனால் திருநீற்றுக்காரனின் தோள்வலியும், வாள்வலியும் தேவைப்பட்டது நாட்டைக் காக்க," என்று வெகுண்டுரைத்தால், என்ன செய்வது என்று கலங்கினர் - மக்கள் - குறிப்பாக, வைணவர்கள். மன்னனிடம் முறையிட வேண்டிய அளவு விவகாரம் முற்றிவிட்டது. மன்னனே, ஆழ்ந்த யோசனையில் ஈடுபட்டான்.

"அன்னிய நாட்டானின் துடுக்குத்தனம்"

“பரஞ்ஜோதியார் இப்பயனற்றவனை ஏன் பணியாளாகக் கொண்டார்?”

“பரஞ்ஜோதியாருக்குத் தெரிந்திராது, இவனுடைய செயல்.”

“ஒரு சமயம், சாளுக்கியன் சைவத்தின் பெருமையை உணர்ந்தது பற்றி அவர் மகிழ்கிறாரோ என்னவோ!”

“அவருக்குத் தெரிந்தேதான். இவன் சைவப் பிரச்சாரத்தை இவ்வளவு துணிவாகச் செய்கிறான் போலும்.”

“பக்கபலமில்லாமல் வெளிநாட்டான் இந்த விபரீதச் செயல் புரிவானா?”

“தன்னைக் கேட்பவர் யார் இருக்க முடியும் இந்த மண்டலத்தில் என்று பரஞ்ஜோதியார் எண்ணுகிறார் போலும்.”

“வாதாபியே அழிந்தது, வைணவர் எம்மாத்திரமென்று எண்ணுகிறாரோ என்னவோ?”

“சைவன் நான் - என் நாட்களிலே, அரசாங்க மதமாகச் சைவம் திகழ்வதுதான் முறை என்று கருதுகிறார் போலும்.”

மன்னனின் செவியில் விழும்படி மட்டுமல்ல, மக்களிடம் பரவுமளவு, விதவிதமாகப் பேசலாயினர், மேலே குறித்துள்ளபடி. சாளுக்கியன் பூரிப்படைந்தான். தீ பரவுகிறது என்றெண்ணி வெற்றிப் பாதையிலே விரைந்து நடக்கலானான். தான் கையாள ஆரம்பித்த முறை பலிக்கிறது என்று தெரிந்ததும், வில்லாளன், அதைத் தொடர்ந்து நடத்தலானான் - அவன் மட்டுமல்ல - அவன் துவக்கினான், பல சைவர்கள், அவனைத் தொடர்ந்தனர். எங்கும் சைவத்தின்

மேன்மையைப் பற்றியே பேச்சாகிவிட்டது. வைணவர்களின் முறையீடு, மன்னன் செவி புகுந்தது, அவன் தீவிரமாக யோசிக்கலானான்.

கைலைநாதனின் கட்டளையை உனக்குக் கூற வந்தேன் - காடு மலை வனம் கடந்து. கருத்தறியாது நீ செய்யும் காரியத்தினால், உனக்கு நேரிட இருக்கும் சர்வ நாசத்தினின்றும் நீயும், உன் ராஜ்யமும், குலமும், தப்ப வேண்டுமானால், பாபத்தைத் துடைத்துக் கொள்ள வேண்டுமானால், நரசிம்ம மன்னனே! நமச்சிவாயத்தின் நல்ல தொண்டனாம் பரஞ்ஜோதியை, நரவேட்டையாடும் பழிப்பணியிலே புகுத்தும் செயலை நிறுத்து இன்றே - இல்லையேல் சொல்லக் கூசுகிறேன்! மன்னவா! எல்லையற்ற பரம்பொருளின் பக்தனை, இழி தொழிலில் புகுத்தும் பாபம், உன்னைச் சும்மாவிடாது!

மதலைக்கு மதுவினைத் தருபவள் தாயல்ல, பேய்! மகேந்திரன் மகனே! மாசிலாமணியாம் ஈசனார்க்குத் தொண்டராக உள்ள பரஞ்ஜோதியை, 'வெட்டு குத்து' வேலைக்கு அனுப்பும் உன்னைக் கண்டு, உலகின் முதல்வன், கோபிக்கிறான் - சபித்திட முடிவு செய்துள்ளான்.

நீ வெற்றி பல பெறுவதற்காக, உன் கீர்த்தி பரவுவதற்காக, உன் ராஜ்யம் வளர்வதற்காக, உன் எதிரிகளை ஒழிப்பதற்காக, பரஞ்ஜோதியை - பக்தனை - சிவத் தொண்டனை வேலை வாங்குகிறார் - பசுவைக் கொன்று தின்பது போன்று பாபக்கிருத்யம் அது - வேண்டாம், பல்லவ குலாதிபா! பராக்கிரமம் உனக்கு இருந்தால், போரிலே நீ வெற்றி பெறு, இரவல் கேட்காதே - அதிலும் இறைவன்பால் தொண்டு செய்யும் எமது பரஞ்ஜோதியை பாழ்படுத்தி, வெற்றியை நாடாதே.

உண்மையை உன் உள்ளம் உணரவில்லையா! உன் தகப்பன் மகேந்திரன் சாளுக்கியனிடம் தோற்றான் - வஞ்சம் தீர்த்துக் கொள்ள வேண்டிய பொறுப்பு பரஞ்ஜோதியுடைய தல்ல, உன் பொறுப்பு! தவறினாய்! தயாபரனின் தொண்டனைத் தவறான பாதையிலே திருப்பினாய்.

என்ன யோசிக்கிறாய்! பரஞ்ஜோதி இல்லாப் பல்லவ நாடு, நீரில்லா ஆறாகுமென்றா? பேஷ்! இதற்கு நீ ஏன் பல்லவ மன்னன் என்ற பட்டத்தைச் சுமக்கிறாய், பட்டம் உனக்கு; அரசபீடம் உனக்கு! கஷ்டமும், நஷ்டமும் பரஞ்ஜோதிக்கா! கைலைவாசன் உன்னைக் கேட்கிறான், முற்றிடா முன்னம், பழி வழியைவிட்டு நேர்வழி நடந்து, பாபத்தைப் போக்கிக் கொள். பரஞ்ஜோதியைச் சிறையிலிருந்து விடுதலை செய் - உன் அரண்மனை அவனுக்குச் சிறைதான்; சந்தேகம் இல்லை. நீ தரும் அந்தஸ்து - பொன் விலங்கு; வேண்டாம் அவை. விடுதலைசெய், விமோசனம் வேண்டுமானால் படைக்கு வேறு தலைவனைத் தேடு - பரஞ்ஜோதிக்கு வேலை இருக்கிறது, ஊர் கொளுத்துவது அல்ல அவன் வேலை.

ஊராள நீ! ஊர்பிடிக்க பரஞ்ஜோதி! பல்லவனே! இது உன் பரம்பரை நியாயமோ? வீரர் வழி வந்தவனே, விடுதலை செய். இல்லையேல், விண்ணவன் விடும் சாபம் உன்னையும், உன் பின் சந்ததியையும் இலேசாய்விடாது.

மேனி எல்லாம் திருநீறணிந்த அந்தச் சாது, மிக்க சீற்றத்தோடு, பேசினார் இதுபோல - பேசினரா - கட்டளை பிறப்பித்தார் - கைலைநாதன் மீது ஆணையிட்டுக் கூறினார். காவலன் துளியும் பதறாமல், சீறாமல் அவர் உரையைக் கேட்டுக் கொண்டான் - இடையிடையே புன்சிரிப்புடன்.

மன்னன் கோபிக்குமளவு, கடுஞ்சொற்களை வீசிய காவி அணிந்தோர், புயலை எதிர்பார்த்து ஏமாந்தார். மன்னனைத்

தன் கேலி மொழியால், கோபப் பார்வையால், ஆர்ப்பரிப்பால், தாக்கினான், குன்றெடுக்கும் நெடுந்தோளனாகிய நிரசிம்மப் பல்லவன், சாந்தத்துடன் வீற்றிருந்தார் - குறுக்குச் கேள்வி - கோபக்குறி - வெறுப்பு - ஏதுமின்றிக் கேட்டுக் கொண்டார், வசை மொழிகளை.

மன்னின் போக்குக்கண்டு, சாதுவுக்குக் கடுங்கோபமே பிறந்தது.

"நாடாளும் உன்னை நேரிலே, வாயில் வந்தபடி ஏசுகிறேன். அவமதிப்பாகவே பேசுகிறேன்! ஆடாமல் அசையாமல், பதறாமல், சீறாமல், அவ்வளவையும் கேட்டுக் கொள்கிறாயே - ஏன் கோபிக்க மறுக்கிறாய் - ஏன் என்னைத் தண்டிக்காமலிருக்கிறாய் - வா, போருக்கு!" என்று, மன்னனை மல்லுக்கு இழுத்தது, அந்தச் சாதுவின் பார்வை! அவன், உண்மைச் சாதுவாக இருந்தால்தானே! அவனுடைய அன்றைய போக்கு ஆச்சரியமூட்டுவதாக கருதலாம் - அவன் சாளுக்கியன் - சாதுவல்ல! சாதுபோல வேடமணிந்து வந்து, சைவத்தின் பெயரைக் கூறி, சாம்ராஜ்யாதி பதியை மிரட்டினான் வில்லாளன். வேந்தன், வெகுண்டானில்லை, "ஆவன செய்வோம். அறனடியாரே! ஆவின் பாலும், முக்கனியும் அரண்மனை விருந்து மண்டபத்திலே தயாராக உள - வாரும்" என்று அன்புடன் அழைத்தான்.

"நாம் வந்தது நாவின் ருசிக்காக அல்ல! நாதன் கட்டளையை நாடாளும் உமக்கு அறிவிக்கவே வந்தோம் - இனிச் செல்கிறோம்" என்று கூறிவிட்டு, சாது வேடத்திலிருந்த சாளுக்கியன் போய்விட்டான். அவன் போன பிறகு, நெடு நேரம் வரையில் மன்னன் சிரித்தான்.

"அரசனிடம் யாரோ ஒரு சாது வந்து, ஏதேதோ பேசினானாம்."

"மிரட்டினானாம்."

“சாபம் கொடுப்பேன் என்று கூறினானாம்.”

“மன்னன் மனம்மாறி, அவன் கட்டளையை நிறைவேற்ற இசைந்துள்ளாராம்.”

“சபை கூட்டுகிறாராமே!”

சாது - சாம்ராஜ்யாதிபதி சந்திப்பிற்குப் பிறகு, அரண்மனை முக்யஸ்தர்கள் இதுபோல் பேசிக் கொண்டனர். அவர்கள் கூறியபடி, அரச அவை கூடிற்று. மன்னன் நரசிம்மப் பல்லவன், வைணவர்கள் முறையீடு பற்றியோ, வம்பு பேசிய சாதுவைப் பற்றியோ பிரஸ்தாபிக்கவில்லை.

அவையில், அன்று விசேஷ அலங்காரங்கள் செய்யப் பட்டிருந்தன. மன்னனின் வருகைக்கு முன்பே, சபை கூடி விடுவது முறை - அன்று சபைக்கு, மன்னனே முதலில் வந்து சேர்ந்தான். சபையில், பரஞ்ஜோதியாருக்கு வழக்கமாகத் தரப்படும் ஆசனத்தை எடுத்துவிட்டு, வேறோர் விலை உயர்ந்த ஆசனம் அவருக்காகப் போடச் செய்தான். வழக்கமான விசாரணைகளை அன்று நிறுத்திவிட்டான். பரஞ்ஜோதியார் சபை வந்ததும், தழுவிக் கொண்டான். சபை ஆரம்பமாயிற்று. மன்னன், ஆசனத்திலிருந்து எழுந்து நின்றபடி பேசினான், தழுதழுத்த குரலில்.

“ஆஹா! அபசாரம், அபசாரம்! என்ன காரியம் செய்தேன்! சிவனடியாராகிய தங்களை, சிவத்தொண்டில் ஈடுபட்டு, மெய்ஞான போதகனின் அருளைத் தேடும் அவாக் கொண்ட மெய்யன்பராகிய தங்களைப் பாவியேன், படுகொலைத் தொழிலல்லவா இதுநாள் பரியந்தம் ஈடுபடுத்தி வைத்தேன். இறைவனின் கோபத்துக்கு இலக்கானேன். என்னே என்மதி! தங்கள் பெருமையை முற்றும் உணராது இருந்தேன்!”

“மன்னரே! ஏன் இந்த மனக்கலக்கம்? மண்டலாதிபதி யாகத் தங்களின் சேவையில் நான் மனமுவந்து ஈடுபட்டவனன்றோ...!”

“எனக்கா சேவை! தாங்களா! தகுமா தவச்சிரேஷ்டரே! தங்களைச் சேவை செய்யச் சொல்வதா! நானா! என்ன விபரீதமான காரியம்? மன்னாதி மன்னர்களெல்லாம் தங்கட்குச் செய்தலன்றோ முறை...”

“அரச சேவை, என் கடமைதானே!”

“உமக்கு அரசன் யானோ! திரிபுரமெரித்த விரிசடைக் கடவுளன்றோ!”

“அவன் அண்டசராசரங்கட்கும் ஐயன்! ஆயினுமென்ன காவலா! நான் போர்த் தொழில் புரிவரை மேற்கொண்டேன். தங்களவையில் இடம்பெற்றேன். அன்பும் ஆதரவும் பெற்றேன். மன்னருக்காகப் பணிபுரிவது, அந்த மண்டலத்து வாழ் மக்களின் கடமைதானே? அந்தக் கடமையை நான் களிப்புடன் ஆற்றினேன்.”

“கலக்கமடைகிறேன், கங்கையைத் தலைக்கணிந்த கடவுளின் திருத்தொண்டரை, யான், ‘வேலை’ வாங்கும் ‘பாப’ காரியத்தில் இதுவரை ஈடுபட்டதை எண்ணி,”

“வீண் வேதனை அடைகிறீர் வேந்தரே! நாட்டுக்குப் பணியாற்றுவது நல்லோர் கடமை. நான் அஃதன்றி வேறென்ன செய்தேன். என்றும் அப்பணி புரிவதே என் விருப்பம்; முறையுங்கூட.”

“முறையன்று, அறமன்று. சைவ மெய்யன்பராம் உம்மை, அறியாது போனேன். பெரும்பழி தேடிக் கொண்டேன். இப்போதுதான் உணர்ந்தேன் உமது பெருமையினை. அமைச்சரே! சீலராம் பரஞ்ஜோதியாருக்கு மானியமாக்கிய ஊர்ப் பெயர் குறிக்கப்பட்ட செப்புப் பட்டயம் எங்கே? பெற்றுக் கொள்க, பெருநெறி கண்டவரே, பிழை பொறுத்தருள்க!”

“மன்னரே! தாங்கள் மனமுவந்து அளிக்கும் இந்த மானியம்...”

“பேழையில் பொற்கட்டிகள் உள்ளன. பெருந்தகையீர்! ஏற்றுக் கொள்க!”

“என்னே மன்னரின் கொடைத்திறன்! ஏனோ எனக்கு இத்துணைச் செல்வம்?”

“சைவச் செல்வரே! பெருநிதியன்று யான் அளித்தது”

“ பெருநிதியன்றோ! மன்னரே! தங்கள் ஆதரவு பெற்று அவையில் அமர்ந்த அன்றே யான் பெருநிதி பெற்றவனானேன். என் அரசர்க்குப் பணிபுரியும் பேறு கிடைத்ததே பெருநிதியன்றோ! ஏதோ, தங்களின் வலிமை மிகுந்த படை பலத்தைக் கொண்டு, புலிகேசியைத் தோற்கடித்தேன் இச்சிறு செயலுக்கு எவ்வளவு பரிசு! என்னென்ன வகையான உபசாரம்!”

“உபசாரமென்று உரைத்திட வேண்டாம் உத்தமரே! என் காணிக்கை இவை.”

“மன்னா! யான் உமது படைத் தலைவன் - பரிசு இவை - என் பணிக்கு மெச்சி.”

“பரிசு அல்ல! தாங்கள் பணியாளரல்ல!
படைத்தலைமையல்ல, தங்கள் தகுதிக்கும் தவத்துக்கும் ஏற்ற நிலை.

பகுதி: 3

பரஞ்ஜோதியாரே! பல்லவ சாம்ராஜ்யத்தின் கீர்த்தி மிக்க படைத் தலைவர் என்ற நிலையிலே, பாவியேன், ஒரு பரம பக்தரை, சைவ அன்பரைச் சிறைப்படுத்தி வைத்திருந்தேன். இறைவனின் அன்பனை, இரக்கமற்ற போர்த் தொழிலிலே புகுத்தினேன். இன்று அந்தத் தவறை உணர்ந்தேன். இனித் தாங்கள், எல்லையற்ற இன்பம் தருவதும், இகபரசுகத்துக்கும் ஏதுவாவதும், தங்கள் இருதயத்துக்கு இன்பமூட்டுவதுமான சிவத் தொண்டு செய்து தொண்டு சுகமே வாழ்வீராக!

"வேந்தே! இதென்ன வார்த்தை! இதன் பொருள் என்ன? இனி நான் அரச அவையில்..."

"அரச அவையில் என்றும் நீர் ஓர் மணிவிளக்கு. ஆனால், என் படைத்தலைவன் என்ற சிறு தொழில் புரியச் சொல்லிப் பழி ஏற்க மாட்டேன்..."

"படைத் தலைவனாக இனி நான்..."

"அதனை நான் அனுமதிப்பது மன்னிக்க முடியாத குற்றமாகும்! தாங்கள் இருக்க வேண்டிய இடம் வேறு! வேந்தர் சபையிலே வேலை தாங்கும் வேலையல்ல, விழி மூன்றுடையோனின் சேவை செயது விளங்க வேண்டும் தாங்கள்."

பரஞ்ஜோதி திகைப்படைந்தார் - பிரதானியர்களுக்கு ஒன்றும் விளங்கவில்லை - வைணவர்கள், புன்சிரிப்பை அடக்கிப் பார்த்தனர், முடியவில்லை - மன்னன், அவையைக் கலைத்துவிட்டு, அரண்மனைக்கு சென்றுவிட்டான்.

பரஞ்ஜோதியார் வாழ்க!

சைவம் ஓங்குக!

நரசிம்மப்பல்லவன் வாழ்க!

நாதனின் நற்றொண்டன் வாழ்க!

என்று நகரெங்கும் முழக்கம். மன்னனின் கனவிலே ஈசன் பிரத்யட்சமாகி இட்ட கட்டளையாம் என்று தெளிவற்றவர்கள் பேசினர். அதுவே நகரெங்கும் பரவிவிட்டது - பகுத்தறியக் கூடியவர்கள், இதைத் தடுக்க முடியவில்லை.

பரஞ்ஜோதியார் தமது மாளிகை சென்றார் மனவாட்டத்துடன்.

மன்னன் மதி மிக்கவன்! எதிர்பார்த்ததைவிட, அதிகத் திறமையாகவே காரியத்தைக் காவலன் முடித்துவிட்டான். சைவத் தவ வேடதாரியின் மொழி கேட்டு, மன்னன் மிரண்டே போனான் போலும். உண்மையிலேயே பழியும் பாவமும் தன்னைப் பற்றிக் கொள்ளும் என்று கருதினானோ என்று வைணவ மார்க்கத்தவர் பேசிக் கொண்டனர் - சைவத்துக்கு, அரச அவையிலும் அதன் மூலம் நாடெங்கும் ஏற்பட்ட செல்வாக்கு இனிச் சிதைந்தொழியும் என்று எண்ணி மகிழ்ந்தனர். வைணவத்துக்கு நேரிட இருந்த விபத்து, தவிர்க்கப்பட்டது என்று களித்தனர்.

சிவபக்தன், ஆகவே சேனாதிபதியாக இருக்கக்கூடாது, இருப்பது மகாபாவம் என்று மன்னர் கூறுகிறார். எதிரிகளை ஒழித்தவன், இணையில்லாப் போர்வீரன், படைகளை நடத்திச் செல்வதிலே, திறமைமிக்கோன், இனி இவனால்

பல்லவ சாம்ராஜ்யத்தின் புகழ் திக்கெட்டும் பரவும் என்று மக்கள் பூரிப்புடன் பேசிக் கொண்டனர். மன்னனோ! பொன்னும், பொருளும் பூமியும் கொடுத்து, வாளையும் கேடயத்தையும் பறித்துக் கொண்டான். ஏன்? என்ன நோக்கம்? சிவத்தொண்டு புரியத்தான் வேண்டும். ஆமாம், நானே அதனை அறிந்துதான் இருக்கிறேன். அத்தொண்டு செய்வதற்கும், நாட்டைக் காத்திடும் நற்றொண்டு புரிவதற்கும் எப்படி முரண் வந்து சேரும்.

என் ஐயன், எதிர்த்தோரை அழிக்காமல் விட்டவனல்லவே! திரிபுராந்தகனல்லவோ! அவர் அடியவனாம் நான் போர்த்தொழிலில் ஈடுபடுவது, சிவ நெறிக்குத் தகுதியல்ல என்றார் மன்னர்! என் செவியில் அச்சொல் வீழ்ந்தபோது, திகைத்தேன். அந்தத் திகைப்பு இன்னமும் மாறவில்லை; எப்படி மாறும்?

நானே, மறுத்துப் பார்த்தேன். இறைவனுக்கு ஆற்ற வேண்டிய தொண்டு போலவே, என் அரசனுக்கும் பணி புரியவதேயன்றோ முறை என்று வாதாடினேன். மன்னன் தன் முடிவை மாற்றிக் கொள்ளவில்லை.

தமிழகம் வாதாபியின் வீழ்ச்சியைக் கேட்டுக் களித்தது. வாதாபி... என்வெற்றி... கடைசியில் அந்த வெற்றி... என்னை அரச அவையிலிருந்து விரட்டிவிடவா பயன்பட்டது! அவனுக்கு அடியவனாக இருந்து வருபவன். ஆகவே, இங்கு வேண்டாம்! யாரும் கேட்டறியா வாதம்! எதிர்பாராத விபத்து! ஏன்? என்பால் மன்னருக்கு என்ன கோபம்? வெறுப்புக்குக் காரணம் இல்லையே பேழையும் பொற்கட்டிகளும் மானியமும் அளித்தார் மன்னர்; அளித்து, என்னை 'பஜனை' செய்யச் சொல்கிறார்!

பரஞ்ஜோதி! பரம பக்தன்! சிவத்தொண்டு புரியும் செம்மல்! சிவனருள் காரணமாகவே, வாதாபியில் வெற்றி கிடைத்தது என்றனர் அமைச்சர். ஏன், அதே சிவனருள் அதன் பயனையும், என் மூலமாகவே மன்னன் அடையக்கூடாது? இதுவரை போர்த்தொழிலிலேயும் ஈடுபட்டபடி, சிவத் தொண்டும் செய்து கொண்டு, சிவனருளைப் பெற என்னால் முடிந்தது - அமைச்சர் கூறி அரசனும் ஒப்பின மொழிப்படியே யோசிக்கும்போது, அங்ஙனமிருக்க, எப்போதும் போலவே, அரச அவையில் இருந்து ஆற்ற வேண்டிய பணியினையும் செய்து கொண்டே என்னால் அதே சிவத்தொண்டில் ஈடுபட்டிருக்க முடியாதா! மன்னரின் நோக்கந்தான் என்னவோ!

பலப்பல எண்ணினார் பரஞ்ஜோதியார். காலை முதல் மாலை நெடுநேரம் வரையில், இதே சிந்தனை - "விரட்டப் பட்டோம்" என்பதுதான், அவருடைய சிந்தனையின் முடிவு. ஏன் என்று யோசித்தார். - அவருடைய சிந்தனையின் முடிவு. ஏன் என்று யோசித்தார். அவருடைய முகத்திலே புன்னகை பூத்தது. மெல்ல வாய்விட்டுக் கூறினார், "பாபம்! பீதி! பாபம்! பரிதாபம்!" என்று.

வைணவர்கள், விழாக் கொண்டாடினர், இரகசியமாக - பரஞ்ஜோதி தொலைந்தான் அரச அவையைவிட்டு என்று களித்து. சைவர்கள், பகிரங்கமாகவே விழாக் கொண்டாடினர், மன்னன் சைவத்தின் மேன்மையை உணர்ந்து, சிவ பக்தராம் பரஞ்ஜோதியாரை, சிவத்தொண்டு புரிக என்று கூறிவிட்டான் - இனிச் சைவம் கொழிக்கும் எதிரிப் படைகள் முறிந்தது போல. எமது சைவத்துக்கு எதிராக உள்ள மார்க்கங்கள் அழிந்துபடும்என்று பெருமையுடன் பேசிக் கொண்டனர். மன்னன், அரண்மனைத் தோட்டத்திலே, தனியாக உலவ அமைக்கப்பட்டிருந்த மணிமண்டபத்திலே, உலவியவண்ணம், ஏதேதோ எண்ணிக் கொண்டே இருந்தான். இடையிடையே மெல்லிய குரலில் பேசிக் கொண்டிருந்தான்.

இருள் சூழ்ந்தது. பணியாள், விளக்கு ஏற்றி வைத்து விட்டுப் போய்விட்டான். விளக்கை அடிக்கடி தூண்டி விட்டுக் கொண்டே மன்னன் உலவினான் - அவன் மனதிலே உலவிய எண்ணங்கள்; அவை இவை.

“அப்பா! மிகமிகச் சிரமப்பட வேண்டி இருந்தது. சிக்கலான காரியம்! பரஞ்சோதி எதிர்பார்த்திருக்க முடியாது. தெரிந்து கொண்டும் இருக்க முடியாது. ஒரே திகைப்பு.

ஆனால் என்ன செய்வது! ஓங்கி வருகிறது. அவன் கீர்த்தி. ஒப்பற்ற வீரன் பரஞ்ஜோதி என்று மண்டலமெங்கும் பேசுகிறார்கள் சகலரும் - ஆமாம்! இடையிடையே ஒப்புக்கு ஒரு மொழி என்னைப் பற்றி வருகிறது. இதற்கு நான் ஏன் மன்னனாக இருக்க வேண்டும்! மண்டலம் புகழ்வது வாதாபியை வென்றவனை! மண்டலத்துக்கு நான் மன்னன்! அலங்காரப் பொம்மை! அந்த நிலையில் மகேந்திரன் மகன் இருப்பதா! படைத் தலைவன் பரஞ்ஜோதியைக் கொண்டுதான், பல்லவ மன்னன் தன்னைத் தமிழருக்கு அறிமுகப்படுத்திக் கொள்ள வேண்டிய நிலைமை பிறந்தது. நரசிம்மன் யார் தெரியுமோ? வாதாபியை வென்ற வீரர் திலகம். பரஞ்ஜோதியார் வாழும் பல்லவ நாட்டுக்கு மன்னன்! படைத்தலைவன் முதலில், பல்லவ மன்னன் பிறகு! மன்னன் மண் பொம்மை, பரஞ்ஜோதி; அதைக் காட்டும் விளக்கு!

பரஞ்ஜோதியாக இருக்க இசையலாம், யாரும்! பரஞ்ஜோதியின் புகழ் ஒளிமுன், மின்மினி போன்று மன்னவன் என்ற பட்டத்தை மட்டும் தாங்கிக் கொண்டிருக்க யாருக்கு மனம் இடங்கொடுக்கும்?

எங்கே போர் மூண்டாலும் இனி, என்ன பேசுவர், ‘பல்லவனுக்குப் பயமில்லை. பரஞ்ஜோதியார் இருக்கிறார்’ என்று கூறுவர். என் அரசு, அவருடைய ஆற்றலை அரணாகக்

கொண்டுதான் நிலைக்க முடியும் என்ற நிலை! எத்தனை மண்டலங்களிலே இதுவரை கேலிமொழி பேசினரோ, யான் என்ன கண்டேன்."

"பல்லவன் ஏன் போருக்குத் துள்ளுகிறான் தெரியுமா? பரஞ்ஜோதி இருக்கிற தைரியம்!"

"எனக்கும் ஒரு பரஞ்ஜோதி கிடைத்தால் நானும் நரசிம்மப் பல்லவன் போலப் பெருமை அடைந்துதான் இருப்பேன்" என்றெல்லாம் பேசி இருப்பர். என் மண்டல மக்களும் அதே மனப்போக்கைக் கொண்டுள்ளனர்.

பல்லவன் - பரஞ்ஜோதி - இரு பதவிகளில்! என்னைக் கேட்டால், பரஞ்ஜோதிப் பதவியே மேல் என்பேன்!

இரு 'அரசு' ஏற்பட்டு விட்டது. ஆம்! ஆற்றலரசனாகி விட்ட பரஞ்ஜோதி ஓர் அரசர்! அரசர் மகனானதால் அரசனான நான் ஓர் அரசன்! ஒரு மண்டலத்தில் இரு அரசர்களா? கூடாது! நிலைக்காது!!

ஆகவேதான், அவர் விலகுவதால் நஷ்டம் என்ற போதிலும் விலக்க வேண்டி நேரிட்டது. மண்டலம் பலவற்றை, அந்த மாவீரனுடைய துணையால் பெறலாம்! ஆனால் என்ன பலன்? புது மண்டலங்கள், பழைய மண்டலம், இரு இடமும், என்னை மட்டுமல்லவே, அவரையும்தானே, அரசராகக் கொள்ளும்! பல்லவ சாம்ராஜ்யத்தை விரிவுபடுத்த படைத்தலைவர் பரஞ்ஜோதியால் முடியும்! ஆனால் சாம்ராஜ்யம் மட்டுந்தானா விரிவாகும், அவருடைய கீர்த்தியும், செல்வாக்கும் கூடத்தான் வளரும்! ஓங்கி வளரும்! என்னை மன்னன் மறைக்குமளவு வளரும்! அரசனைக் கேலிச் சித்திரமாக்கும் நோக்கம் அளவுக்கும் படைத்தலைவனின் புகழ் பரவும்! செ! அந்த நிலையை நரசிம்மன் விரும்ப

முடியுமா? பரஞ்ஜோதியில்லாப் பல்லவ சாம்ராஜ்யத்தை நான் ஆள வேண்டும் - அரசன் என்ற பெயருக்கு அப்போதுதான் நான் அருகதையுள்ளவனாவேன்.

ஆமாம்! நரசிம்மன் அரசனாகவும், பரஞ்ஜோதி படைத் தலைவராகவும் இருந்தால், மன்னன் என்ற நிலையே மங்கும். மங்குவதோடு முடியுமா? அந்த மாவீரன் மனதிலே மாசு இல்லை. ஆமாம்! இன்று இல்லை! மாசு உண்டானால்? ஆசை ஏற்பட்டால்? மங்குவது மட்டுமா, அந்த மாவீரன் மனதிலே, மகுடத்தின் மீது ஆசை பிறந்தால், நரசிம்மன் சிரத்திலே இருக்கும் நவரத்தின கிரீடம் ... ஆமாம்... பறிக்கப்பட்டும் விடக்கூடும்... படைத்தலைவர்கள் பட்டத்தரசர்களை வெட்டி வீழ்த்திக்கூட இருக்கிறார்கள்!

பரஞ்ஜோதி அப்படிப்பட்டவரல்ல! ஆனால் எப்படியோ எதிர் காலம்! இன்னும் இரண்டோர் வெற்றிகள் வாதாபி வீழ்ந்தது போல் வேறு சில பல நகர்கள் வீழ்ந்து, வெற்றி மாலை மேலும் பல, அவர் மார்பில் வீழ்ந்தால், எண்ணம் எப்படி எப்படி மாறுமோ! என்னென்ன தூவுவரோ, சதி செய்யும் தந்திரக்காரர்? யார் கண்டார்கள்!

கொஞ்சும்போதே கிளி கடித்து விடுகிறதே கோதையர் இதழை! மன்னனாம் எனக்குள்ள புகழை மிஞ்சிடும் புகழ்பெற்ற மாவீரன் பரஞ்ஜோதியின் கூர்வாள், புகழின் சின்னம் இன்று. நாளை அதுவே புரட்சிக் கருவியாக மாறினால்?...

பொறாமையா எனக்கு? இல்லை! இருக்காது! - அப்படியும் திட்டமாகச் சொல்வதற்கில்லையே.

அன்றோர் நாள் பவனி வந்தேன்... “பல்லவ சாம்ராஜ்யாதிபதி, நரசிம்ம மகாராஜாதி ராஜர் வாழ்க!” என்று பெருந்திரளான

மக்கள் அன்புடன் ஆரவாரம் செய்தனர். அதே மக்கள், அடுத்த விநாடி அவரைக் கண்டதும் "புலிகேசியை வீழ்த்தி ஈடில்லாத் தலைவர், எமது பரஞ்ஜோதியார் வாழ்க!" என்று ஆரவாரம் செய்தனர்.

என்ன இருந்தாலும், எனக்கு உரைத்த வாழ்த்தொலியை, பரஞ்ஜோதியாருக்கு அளித்த வாழ்த்தொலி வென்றுவிட்டது!

நான், பல்லவ சாம்ராஜயாதிபதி! அவ்வளவுதான் சொன்னார்கள் மக்கள்!

அவரை? எமது பரஞ்ஜோதி என்றல்லவா அழைத்தனர்.

எனக்கு இலேசாகக் கோபம்! பொறாமை, கொஞ்சம் உண்டாயிற்று - மறைப்பானேன். கொஞ்சம் அச்சம்கூடத்தான். அருவருப்பும் தட்டிற்று, அடிக்கடி மக்கள் வெற்றி வீரன், வாதாபியை வென்ற தீரன் என்றெல்லாம் அவரைப் புகழக் கேட்டு.

மன்னனும் மனிதன்தானே! மனம் நிம்மதியாகவா இருக்க முடியும் மன்னன், மக்களின் மனம், படைத்தலைவனிடம் அடைக்கலம் புகுவது கண்டு?

பரஞ்ஜோதியாரிடம் எனக்கும் மதிப்புத்தான். இல்லை என்று யாரும் கூற முடியாது. ஆனால், அவர் அருகே இருக்கும் வரை, நான் அரசனாக இருக்க முடியாது. நரசிம்மன் அரசனாக வேண்டும்! பரஞ்ஜோதியில்லாமல், பல வெற்றி பெற்றாக வேண்டும். பல்லவ மன்னனிடம் ஒரு படைத்தலைவன் இருந்தான், பரஞ்ஜோதி அவன் பெயர், என்று வரலாறு இருக்க வேண்டுமேயொழிய, பரஞ்ஜோதியைப் படைத்தலைவராகக் கொண்ட பல்லவ மன்னன் ஒருவன்

இருந்தான்; அவன் பெயர் நரசிம்மன் என்று வரலாறு இருத்தலாகாது.

ஆகவேதான் அவரை நீக்கிவிட்டேன்.

நல்ல வேளை! சைவ - வைணவ மாச்சாரியத்தைக் கொண்ட அந்தப் பிரதானியர்கள் கிடைத்தனர். அவர்கள் சொன்ன யோசனையும், தக்கதோர் உதவியாக அமைந்தது.

கரணமின்றி அவரை நீக்கியிருக்க முடியாது - கலகமே பிறந்துமிருக்கும். சைவர என்ற துவேஷத்தால் வைணவ மன்னர், பரஞ்ஜோதியை விலக்கிவிட்டார் என்ற வதந்தி பரவினால், வீண் வம்பாகும். அவரைச் சிவத்தொண்டு புரியச் செய்துவிட்டேன். அதுவே சரியான முறை! பரஞ்ஜோதியாரை, படைத்தலைவர் பதவியிலிருந்து விலக்கிவிட்டு மட்டும் இருந்தால், ஆபத்து வேறு உருவில் வரக்கூடும்! ஆமாம்! எந்த மண்டலமும் அவர் வரவை ஆவலோடு எதிர்பார்க்கும். சென்றால் பல்லவ சாம்ராஜ்யமும் சிதையும்.

இப்போது நிர்ப்பயம்! பரஞ்ஜோதியார், வாளெடுத்துத் தன் வல்லமையை நிலைநாட்டி, வளரும் புகழ் மேலும் ஓங்கச் செய்து, என் புகழையும் மங்கச் செய்ய முடியாது; வேற்றூர் சென்று என் மனதை மருட்டவும் முடியாது! அவர் இனிச் சிவத் தொண்டு புரிந்து வருவார்! இங்கே என் விருப்பத்தின்படி, பல்லவனின் படை இருக்கும். போரில் வெற்றியும் கிடைக்கும்! தளபதி யார்? பரஞ்ஜோதியல்ல. மன்னனை மிஞ்சும் ஜோதியல்ல, நானாகப் பார்த்து உண்டாக்கும் 'ஜோதி' இருக்கும்.

ஆம்! நரசிம்மனின் வீரத்தையும், புகழையும் இழக்காமலிருக்க வேண்டுமானால், நரசிம்மனின் படை, தலைவர் பரஞ்ஜோதியாரை இழக்கத்தான் வேண்டும். மணிமுடி தரித்த

எனக்கு மன்னனுக்குரிய வீரம், கீர்த்தி கிடைக்க வேண்டுமானால், பரஞ்ஜோதியார் மடம் புகுந்தாக வேண்டும். ஆகவேதான் அவரை மடத்தில் சென்று மகேஸ்வரனைத் தொழுமாறு கட்டளையிடவில்லை - வேண்டிக் கேட்டுக் கொண்டேன் - வென்றேன்; மன நிம்மதியும் பெற்றேன் - வாழ்ந்தேன்.

விளக்கொளி மங்கலாயிற்று. உலவிக் கொண்டே நரசிம்மப் பல்லவன், நிழலுருவத்தைக் கண்டான் - சிரித்தான் - விளக்கைத் தூண்டிக் கொண்டே, "பரஞ்ஜோதி! எனக்கு ஒளி கொடுக்க ஒரு ஜோதி வேண்டாம்! என்னால் தூண்டிவிடப் பட்டு, ஒளிவிடும் ஜோதி போதும்" என்றுகூறிக் கொண்டே, அரண்மனை உட்பகுதிக்குச் சென்றான். காற்றுவீசி, விளக்கு அலைந்தது; எண்ணெய் குறைந்தது; தூண்டிவிட ஆளில்லை, விளக்கு படர்ந்து போய்விட்டது - எங்கும் இருள்மயம்!

சேனைத் தலைவர் சிவபக்தரானார் - மாளிகை, காட்சிப் பொருளாக்கப்பட்டது - மடத்தில் குடி ஏறினார் பரஞ்ஜோதி - சாளுக்கியன் அந்தக் குடிபுகு விழாவை வெற்றி விழாவாகக் கொண்டாடினான். சின்னாட்கள். பரஞ்ஜோதியின் புதிய கோலத்தைக் கண்டு களிப்பதிலே செலவிட்டான். மடத்திலே புகுந்த படைத்தலைவரின் செயலைப் பலரிடம் பாராட்டிப் பேசினான். சிவநெறி புகுவோர் சிலர், பரஞ்ஜோதியாரைப்போலக் கொலைத் தொழிலாம் படைத்தொழிலை விட்டு விலக வேண்டுவதே முறை என்று கூறினான். பரஞ்ஜோதியின் பண்டாரக் கோலத்தைக் கண்டு ஏற்கெனவே மயக்கமடைந்தவர்கள், வில்லாளனின் தூண்டுதலால், அடியோடு மயக்கமுற்று, ஆளுக்கோர் மடம் தேடிக் கொள்ளலாயினர். படைத் தளபதிகள் பலர், மடம் புகுந்தனர் - களத்திலே அவர்களைக் கொல்வதைவிட, அவர்களை வாழ அனுமதித்து, அதேபோது அவர்களின் ஆற்றலைப் பயனற்றதாக்கிவிடுவது சிறந்தது. நாகத்தை அடித்துக் கொல்லலாம்; இல்லையேல், அதன் நச்சுப்பல்லைப்

பெயர்த்தெடுத்துவிட்டுப் பெட்டியில் போட்டு வைக்கலாம்; ஆட வைத்துக்கூடி மகிழலாம் - அதுபோல, சாளுக்கியத்தை அழித்த படைவீரர்கள், அவர்களின் தலைவன் பரஞ்ஜோதி மடம் போய்ச் சேர்ந்தான் - பல்லவம், தன் கூர்வாளை, வெற்றி வாளை இழந்தது - இழக்கச் செய்தோம்; வென்றோம் என்று சாளுக்கியன் கூறிக் களித்தான். அவனுடைய நினைவு, உடனே தாய்நாட்டின் மீது சென்றது. இந்தச் சந்தோஷச் செய்தியை வெற்றிச் செய்தியைச் சாளுக்கியரிடம் கூற வேண்டும் என்று துடிதுடித்தான். பக்குவமாகப் பேசிப் பரஞ்ஜோதியாரிடம் அனுமதி பெற்றுக் கொண்டான்; சாளுக்கியம் செல்லப் புறப்பட்டான் - அவன் மனதிலே, சொல்லொணாக் களிப்பு ஓட்டம் பெருநடையாக, குதிரைக் கொட்டில் சென்றான் - அழகியதோர் கருங் குதிரையைத் தேர்ந்தெடுத்தான் - வெற்றி வீரன் போல் அதன் மீது அமர்ந்தான். குதிரை கம்பீரமாக நடந்தது - சாளுக்கியன் காஞ்சிபுரத்தை ஒருமுறை சுற்றிப் பார்த்தான், வெற்றிக் களிப்புடன் - பிறகு ஊரைவிட்டுக் கிளம்பினான். குதிரை வேகமாக ஓடலாயிற்று; அதைவிட வேகமாக, அவன் மனதிலே எண்ணங்கள் கிளம்பிக் கூத்தாடின. மகேந்திரனைப் பணியச் செய்தபோது புலிகேசி பெற்ற பூரிப்பை விட அதிகக் களிப்பு வில்லாளனுக்கு. தனி ஆள்! படை இல்லை! ஆனால் வெற்றி கிடைத்தது என்று எண்ணி மகிழ்ந்தான்.

வென்றேன்! வென்றேன்! கொன்றேன்! கொன்றேன் சாளுக்கியத்தை வென்ற வீரனை! வாளிழந்து, போர் ஆற்றலொழிந்து போனான்.

மன்னா! புலிகேசி! எந்த வாதாபியைக் கொளுத்திச் சாம்பலாக்கினரோ, அந்த வாதாபியிலிருந்து படை அல்ல கிளம்பினது, நான் ஒருவனே கிளம்பினேன்; வென்றேன், பழி தீர்த்துக் கொண்டேன். வாதாபியைச் சுட்டெரித்துச் சாம்பலாக்கினர்! அதை நான் கண்டேன் கண்ணெனும் புண் கொண்டு! அந்தச் சாம்பலில் ஒரு பிடி! அதே ஒரு பிடிச்

சாம்பல்தான், சாளுக்கியத்திலிருந்து நான் கொண்டு வந்த, ஆயுதம்! ஆம்! பிடி சாம்பல்!

முடிவில் ஓர் பிடி சாம்பல்! அதனையே உபயோகித்தேன்; பெற்றேன் பெரும் வெற்றி! பிடி சாம்பலால், முடியுடைய மன்னரையும் மிஞ்சிய புகழ் படைத்து, இடியெனப் போர் முழக்கமிட்டு, வெற்றிக்கொடி பிடித்து உலவிய வீராதி வீரன், வாதாபியைத் தீயிட்ட தீரன், புலிகேசியைப் போரிலே வீழ்த்தி சூரன், பல்லவ சாம்ராஜ்யத்தின் வீரச் சின்னமாக விளங்கிய படைத் தலைவன் பரஞ்ஜோதியைப் படுகளத்தில் அல்ல - பாய்ந்து தாக்கி அல்ல - கூர்வாள் கொண்டு அல்ல - அவனுடைய நாட்டில், அவன் அறியா வண்ணம், ஒரு பிடி சாம்பலால் வென்றுவிட்டேன்!

அந்த வெற்றியின் தன்மை எத்தகையது? ஆஹா! எண்ணும்போதே என் உள்ளம் பூரிக்கிறது. பரஞ்ஜோதி! தமிழகம் அந்த 'ஜோதி'யைக் காண முடியாதபடிச் செய்துவிட்டேன்.

'பரஞ்ஜோதி' இனி இல்லை அல்லவா! அடியார் இருப்பார்! நாயன்மாராக இருப்பார்! ஆனால் தமிழகத்தின் தலை சிறந்த படைத்தலைவன் இனி இல்லை! வாதாபிகளைத் தாக்க வரும் வீரர்கள் இல்லை - தோத்தரிக்கும் திருவாயும் கூப்பிய கரமும் இருக்கும். இருக்கட்டும் - கோயில் கட்டுபவர் கட்டட்டும் - பதிகம் பாடுவர், - சலிக்காது பாடட்டும் - ஆனால் ஒரு மாவீரனை இழப்பர்; படைத்தலைவன் இனி இரான்.

வெற்றி மாலை பூண்ட மார்பிலே இனி வெண்ணிறச் சாம்பற்பொடி! விடு கணையை! வீசு வாளை! செலுத்து தேரை! குதிரைப் படை முன்னால் பாயட்டும்! வேற்படையாளர்கள் விரைந்து வருக! என்றெல்லாம் முழக்கமிட்ட வாயிலிருந்து இனி, 'பொன்னார் மேனியன்' -

'பிறவாவரம் தாரும் அடியார்க்கும் அடியேன்' என்றெல்லாம் பஜனைப் பதங்கள்தான் வரும். வாதாபியை வென்றவனை நான் வென்றேன்! புலிகேசியைக் கொன்றவன் மீது வஞ்சம் தீர்த்துக் கொண்டேன். மாற்றார்கள் என்றால் சீற்றம் கொண்டெழுவோனை, சிவனடியாராக்கிவிட்டேன். ஒருபிடி சாம்பலால்! ஒப்பற்ற சாளுக்கிய சேனையால் சாதிக்க முடியாத காரியத்தைச் சாதித்துவிட்டேன். அஞ்சாநெஞ்சனை அடியவனாக்கி விட்டேன்.

வாளேந்திய கரம், இனி வழியே வருகிற பண்டாரங்களின் தாள் ஏந்திடும். தோள் பலத்தால் தொலை தூரம் வரை தன் நாட்டின் கீர்த்தியை நிலை நாட்டினான். இனி நாடு, வீரம், போர், வெற்றி இவை பற்றிய சிந்தனையே இராது. சிங்கத்தைச் சிறு முயலாக்கி விட்டேன்! வீரப்பட்டயம் கட்டிய நெற்றியில் விபூதிப்பட்டை!

பரஞ்ஜோதி சிறுத்தொண்டனானான். படைத்தலைவன் பக்தனானான்; முரசு கொட்டியவன் முக்திக்கு வழி தேட முனைந்து விட்டான்; வீரக் கோட்டத்திலே இடம் பெற வேண்டியவன் வீழ்ந்து வணங்க வேண்டிய கோயிலுக்குக் குடி ஏறிவிட்டான். சாளுக்கிய நாட்டுக்குச் சண்ட மாருதமாகியவன் சரித்திரத்தில் இடம் பெறாமல், சாதுக்கள் கூட்டத்தில் ஒருவனாகி விடுகிறான்! போர்ப் பயிற்சிக்கெனத் தமிழகம் ஓர் போற்றற்குரிய கழகம் அமைத்திடின், அதிலே சாளுக்கிய நாட்டை ஜெயித்துப் புலிகேசியைக் கொன்ற மாவீரன் பரஞ்ஜோதி என்று ஓர் சிலை இராது. அது எவ்வளவு பெரிய இலாபம் நமக்கெல்லாம்.

பகுதி: 4

பரஞ்ஜோதி! காடு மலை கடந்து, ஆறுகளைத் தாண்டி, அஞ்சா நெஞ்சன், ஆற்றல் மிக்கோன், வடநாட்டு வீரனை வீழ்த்திய வல்லமைசாலி, புலிகேசியை வென்றவன் என்ற எண்ணத்தை, அதன் மூலம் வீரத்தை, தமிழ் இனத்தின் தீரத்தை, தமிழகத்தின் கீர்த்தியை ஊட்டும் உருவமாக அமைந்து விட்டால், பிறகு தமிழரின் வெற்றி எட்டுத் திக்கும் கொட்டுவரே! இனி அப்பயமில்லை! பரஞ்ஜோதியைப் பக்தராக்கி விட்டோம்; இனித் தாளமும் மத்தளமும் கொட்டுவர் தமிழர். தாராளமாகக் கொட்டட்டும்; புலிகேசி! சாளுக்கிய நாட்டுக்காக இரத்தத்தைக் கொட்டினாய்! உன் இரத்தத்தைக் குடித்து வெற்றி கண்ட தமிழரின்மீது இதோ வஞ்சகம் தீர்த்துக் கொண்டேன்! ஒரு பிடி சாம்பலால்! முடிவில் இந்தப் பிடி சாம்பல், சாளுக்கிய நாட்டின் சாம்பல், வெற்றியைப் பெற்றுத் தந்தது.

சாளுக்கிய நாட்டுக்குச் செல்லும் வழியில், எதிர்ப்படுவோரிடம், பழைய நண்பர்களிடம், பாதி பட்டுப்போன மரம் கருகிக் கிடந்த இடம், போர் நடந்த களம் ஆகிய இடங்களைக் கண்டபோது எல்லாம், வெற்றிக் களிப்புடன், வில்லாளன் இங்ஙனம் பேசினான் - சில சமயங்களிலே கூவினான் - கூத்துமாடினான்! ஆம்! அவன் ஆனந்தமடைந்ததிலே ஆழ்ந்த அர்த்தமிருந்தது; பல்லவ நாடு திறமை மிக்க படைத் தலைவரை இழந்து விட்டது; பல்லவப் படை, போர்த் திறனும், போர் பலவற்றிலே பெற்ற அனுபவத்தை எடுத்துக் கூறும் ஆற்றலையும் படைத்த பரஞ்ஜோதியாரின் துணையை இழந்தது; ஒளியிழந்த மணிபோல, கூர் இழந்த வாள் போலாயிற்று பல்லவ நாடு. இதனை மக்கள் உணரக் கொஞ்ச காலம் பிடித்தது. ஆனால், உணர்ந்தனர் - பல ஆண்டுகளுக்குப் பிறகு.

"சாளுக்கிய படை வருகிறதாமே!"

"படை பெரிய அளவாம் - மிக வீரமாகப் போராடும் படையினராம்."

"ஆமாம்! ஆனால் என்ன! நாமென்ன, படைபலமற்ற நாட்டிலேயா வாழ்கிறோம். நரசிம்மப் பல்லவனின் திருக் குமரனிடம் தேர்ச்சி பெற்ற படை இருக்கிறது. கவலை ஏன்?"

"படை இருக்கிறது - பெரும் படைதான் - ஆனால் பரஞ்ஜோதி இல்லையே! பரஞ்ஜோதி இல்லை என்ற தைரியத்தாலல்லவா, வாதாபி தரைமட்டமானதைக் கண்டு கலங்கிய சாளுக்கியர், மீண்டும் தலைதூக்க - நமது நாட்டின் மீது போர்த்தொடுக்கத் துணிந்தனர்."

"பரஞ்ஜோதி இன்று இருந்தால்..."

"பரஞ்ஜோதி இல்லையே..."

"பரஞ்ஜோதியை இழந்த பிறகு, நமக்கு வெற்றி ஏது..."

கலங்கிப் பேசினர், காஞ்சிபுரத்து அரசு அவையினர், இதுபோல். அவசர அவசரமாக, அணிவகுப்புகள் தயாராயின. முரசுகள் ஆர்ப்பரித்தன! ஆயுத ஒலி கிளம்பிற்று; நால்வகைச் சேனை கிளம்பிற்று; பாய்ந்து வரும் சாளுக்கியப் படையைத் தடுக்க, எல்லாம் இருந்தது. ஆனால் மக்கள் மனதிலே நம்பிக்கை எழவில்லை. ஏனெனில், களத்திலே நின்று படைகளை நடத்திச் செல்ல பரஞ்ஜோதி இல்லை - படைத்தலைவர் பரஞ்ஜோதிதான் மடத்தலைவர் சிறுத்தொண்டரானாரே.

பல்லவர் படை வரிசையிலே மட்டுமல்ல, பரஞ்ஜோதியார் நினைவு சென்றது. தாக்க வரும் சாளுக்கியப் படை வகித்துக் கம்பீரமாக வருகிறான் வில்லாளன் - “பாய்ந்து செல்லுங்கள்! பயமின்றிச் செல்லுங்கள்! பல்லவ நாடு, பரஞ்ஜோதியில்லா நாடு! பயமில்லை, படைகளை மட்டும் படைத்த நாடு, படைத் தலைவர் மடத்தினுள் சென்றுவிட்டார். பிடி சாம்பலால் பெரும் படைத் தலைவனை, சிறுத்தொண்டனாக்கிவிட்டேன். இனி பயமில்லை, ஜெய முண்டு, செல்க!” என்று கூவினான் களிப்புடன்.

அவன் சொன்னது சரியாகவே இருந்தது. வெற்றி சாளுக்கிய மன்னனுக்கே. புலிகேசியின் புதல்வன், நரசிம்மனின் மகனைத் தோற்கடித்தான். காஞ்சிபுரத்தில் தோற்ற மன்னன், வாதாபியை எண்ணாதிருந்திருக்க முடியுமா? வாளிழந்து நின்றபோது, பரஞ்ஜோதியைப் பற்றிய நினைவு வராமலிருக்க முடியுமா? வெற்றி பெற்ற சாளுக்கியப் படை வெறியாட்டமாடிக் கொண்டு, காஞ்சிபுரத் தெருக்களிலே பவனி வந்தபோது, சில ஆண்டுகளுக்கு முன்பு, சாளுக்கிய நாட்டிலே இருந்து கொண்டு வந்த பொருளின் குவியல்கள், யானை மீதும் குதிரை மீதும் ஏற்றப்பட்டு, முன்னே செல்ல, வெற்றிச் சங்கொலிக்க, பின்னே, பிடிபட்ட சாளுக்கியர்கள் வரிசையாக நடத்தி வரப்பட, இருமருங்கும் ஊர் மக்கள் நின்று வாழ்த்தொலி கூற, பரஞ்ஜோதி, வாதாபியை வென்ற வீரன் பவனி வந்த காட்சி, மக்கள் மனக்கண்முன் தோன்றாதிருக்க முடியுமா? கண்கள் குளமாயின!

பரஞ்ஜோதி வெற்றிப் பவனி வந்த வீதிகளில் சாளுக்கிய மன்னன் பவனி வந்தான். அவன் சித்திரகாந்தா எனும் குதிரை மீதமர்ந்து வந்தான். அவனுடைய படைகள் சாளுக்கிய நாட்டுக்கு வாழ்த்தொலி கூறின. பல்லவ நாட்டுத் தலைநகருக்குள்.

பல்லவ மன்னனைப் பணியச் செய்தான் சாளுக்கியன்.

தன் பாதத்தை முத்தமிடச் செய்தான், சாளுக்கிய மன்னன்!

பல்லவ மன்னன், அந்த விநாடியில், எத்தனை முறை எண்ணினானோ பரஞ்ஜோதியைப் பற்றி!

எவ்வளவு ஆயிரமாயிரம் மக்களின் கண்களிலே, நெருப்பைச் சுடும் நீர் வெளி வந்ததோ!

தாய்நாடு பிறனிடம் அடிமைப்பட்டுக் கார்வேந்தன் எதிர்நாட்டு மன்னனின் பாதத்தை முத்தமிடக் கண்ட பிறகு, கண்களா அவை? புண்களல்லவா! ஆஹா! பரஞ்ஜோதி மட்டும் மடலாயம் புகாமல், படையில் இருந்திருந்தால்... என்று எண்ணித் துடித்தனர் மக்கள். வேறென்ன செய்வர்?

'பிடி சாம்பல்! பிடி சாம்பல்!' என்று முழக்கமிட்டான் வில்லாளன்.

'யாரிவன் பித்தன்? பிதற்றுகிறான்! பிடி சாம்பலாம், பிடி சாம்பல்!' என்று அன்று வாதாபியில் வில்லாளனைக் கடிந்துரைத் தனரே தமிழ் வீரர்கள்; அவர்கள் இம்முறை என்ன கூற முடியும் "ஆம்! பிடி சாம்பல்! பிடி சாம்பலைத் தந்து பரஞ்ஜோதியாரைப் பூசிக் கொள்ளச் செய்து, மடத்துக்குள் அனுப்பினோம்; இன்று படைத்தலைவர் இன்றித் திகைத்துத் தோற்றோம்! பிடி சாம்பலால் தோற்றோம்." என்று மெல்லக் கூறிக் கொண்டனர்.

"அழுக்கற்ற வெண் சாமரங்களையும் நூற்றுக்கணக்கான கொடிகளையும், குடைகளையும் பிடித்துக் கொண்டு புலிகேசியின் - அறுவகைப் படைகள் செல்லுங்கால், கிளம்பிய, தூசியானது எதிர்க்க வந்த பல்லவவேந்திரன்

ஒளியை மங்கச் செய்தது. பல்லவனும் காஞ்சிபுரத்து மதில்களுக்குள் போய் ஒளிந்து கொண்டான்.''

''மன்னவர்க்குத் தண்டுபோய் வடபுலத்து வாதாபித்
தொன்னகரந் துகளாகத் துளைநெடுங்கை வரையுகைத்துப்
பன்மணியும நிதிக்குவையும் பகட்டினமும் பரித்தொகையும்
இன்னன எண்ணில கவர்ந்தே இகலரசன்முன்
கொணர்ந்தான்.''

- சேக்கிழார்.

புலிகேசியின் புதல்வன் விக்ரமன், நரசிம்மன் பல்லவன் மகன் பரமேஸ்வரனைத் தோற்கடித்து, சித்திரகாந்தா என்ற தன் குதிரை மீது அமர்ந்து, உருவிய வாளுடன் பவனி வந்து, பரமேஸ்வரனைத் தன் பாதத்தை முத்தமிடச் செய்தான்.'' - வரலாறு.

மகேந்திர பல்லவன் புலிகேசியிடம் தோற்றான். மகேந்திரன் மகன் நரசிம்மன், புலிகேசியைத் தோற்கடித்தான். - கொன்றான். புலிகேசியின் மகன் விக்ரமன், நரசிம்மனின் மகன் பரமேஸ்வரனைத் தோற்கடித்துப் பணிய வைத்தான்.

காஞ்சிபுரம் கலங்கிற்று. புலிகேசியின் வெற்றி முரசு கேட்டு; மகேந்திரன் காலத்தில், காஞ்சிபுரம் களித்தது. மகேந்திரனின் மகன் காலத்திலே, புலிகேசி களத்தில் கொல்லப்பட்டு, தலைநகர் வாதாபி தீக்கு இரையான செய்தி கேட்டு காஞ்சிபுரம் மீண்டும் கலங்கிற்று, புலிகேசியின் மகன் விக்ரம், நரசிம்மனின் மகன் (மகேந்திரனின் பேரன்) பரமேஸ்வரனைப் பணிய வைத்தது கண்டு.

அழுகுரல் - ஆனந்தம் - அழுகுரல் - மாறி மாறி வரும்! இதற்கு ஏதேனும் காரணம் இருந்தாக வேண்டுமே! ஒன்றும் இல்லையோ! மகேந்திரன், களத்திலே புலி, பல

வெற்றிகளைப் பெற்றவன்; எனினும் புலிகேசியிடம் தோற்கிறான். பிறகு அதே புலிகேசி, மகேந்திரனின் மகனிடம் தோற்கிறான். பிறகு, புலிகேசியின் மகன் விக்ரமன், நரசிம்மனின் மகன் பரமேஸ்வரனைத் தோற்கடிக்கிறான்.

இந்த விசித்திர வரலாற்றுக்கு, ஒரு விளக்கம், எங்கோ ஓர் உண்மை புதைந்திருக்க வேண்டும் - அதைக் கண்டறியும் முயற்சியே மேலே தீட்டியுள்ள வரலாறு கலந்த கற்பனை உரை.

என் முடிவு இது! பரஞ்ஜோதி படைத்தலைவராக இருந்ததால், பல்லவ நாட்டின் ராணுவ பலத்தைச் சாளுக்கியம் உணர முடிந்தது - வாதாபி வீழ்ந்தது.

படைத் தலைவரிற் சிறந்த பரஞ்ஜோதி, சிறுத்தொண்டராகி விட்ட பிறகு, பல்லவ நாட்டுப் படை பலம் சரிந்தது; தோல்வி வந்தது.

பரஞ்ஜோதி, சிறுத்தொண்டன் ஆனார் என்பதை நான், ஆக்கப்பட்டார் என்கிறேன்.

அதாவது, பரஞ்ஜோதியை, மன்னன், சைவன், என்ற காரணத்தைக் காட்டிப் பதவியிலிருந்து விலக்குகிறான்.

இதற்கு மூன்று காரணங்கள் இருக்க வேண்டும்மென்பது என் யூகம்.

1. சாளுக்கியர் தந்திரம்.

2. வைச, வைணவ ஆதிக்கப் போட்டி.

3. மன்னனுக்குப் பரஞ்ஜோதியாரிடம் ஏற்பட்ட இலேசான பொறாமை.

இவை அர்த்தமற்றன என்றோ, விஷம் நிறைந்தன என்றோ, விதண்டாவாதம் என்றோ குறைகூறப் பலர் உளர் என்பதை நான் அறிவேன். ஆனால், அவர்களை நான் கேட்க விரும்பும் சில கேள்விகளுக்கு அவர்களிடமிருந்தல்ல, உங்களிடமிருந்து பதிலை எதிர்பார்க்கிறேன் - அவர்களிடமிருந்து சிந்தனையை எதிர்பார்க்கிறேன்.

1. புகழ் பெற்ற பரஞ்ஜோதிக்குப் பிறகு, படைத் தளபதி என்ற பெயருக்குரிய வேறோர் வீரரின் பெயரும் பல்லவர் வரலாற்றில் இல்லாமற் போனது ஏன்?

2. கீர்த்தி பெற்ற பிறகு பரஞ்ஜோதியை, படைத்தலைவர் பதவியிலிருந்து மன்னன் விலக்குவானேன்?

மன்னன் விலக்கினான் என்று எப்படிக் கூறலாம்? மன்னன், பரஞ்ஜோதியாரின் பெருமையை உணர்ந்தான் என்றன்றோ அதற்குப் பொருள் என்று அறனடியார்கள் கூறுவர். அவர்களுக்குக் கூறுகிறேன், மன்னன் விலக்கினார் - பரஞ்ஜோதி மறுத்தார் - திகைத்தார் - இந்தப் பாடல்களை மீண்டும் ஓர் முறை படிக்க வேண்டுகிறேன் - என்னை மறந்து.

உங்கள் கண்முன், பதவியில் இருக்கக்கூடாது என்று தந்திரமாகப் பேசும் மன்னனும், திகைக்கும் பரஞ்ஜோதியும தெரிவர்.

மேலும், எத்தனையோ அடியார்களும், தொண்டர்களும், நாயன்மார்களும், சைவத்தின் பெருமையை நினைவூட்டவும், நிலைநாட்டவும் உளர்.

ஒரு பரஞ்ஜோதி சிறுத்தொண்டராக்கப்படாமல், படைத்தலைவராகவே இருக்க அனுமதித்தால், நஷ்டம் இல்லை, நாட்டுக்கும் சைவத்துக்கும் . ஏற்கெனவே ஏராளமாக உள்ள அடியார் கூட்டத்தில், இராணுவ வரலாற்றுக்கே ஓர் தலைசிறந்த எடுத்துக்காட்டாக இன்றுவரை, உலக வரலாற்று ஏடுகள் வரை, யாருடைய பெயர் இருக்க வேண்டுமோ, அந்தப் பரஞ்ஜோதியை அடியவர் கூட்டத்தில் சேர்த்து, வீரக்கோட்டத்துக்கு நஷ்டம், ஈடுசெய்யமுடியாத நஷ்டத்தை உண்டாக்கிவிட்டனர் இது. சரிடியா? சிந்திக்க வேண்டுகிறேன்.

சிந்தனையை, குறிப்பாகச் சிவநேசர்களின் சிந்தனையைக் கிளறவே இச்சிறு ஓவியம். பாராயணத்துக்குப் பயன்படுத்திய பாடல்களை, இதோ, சற்று நான் கூறினவை சரியா என்பதைப் பகுத்தறிவுப் பயன்படுத்திப் படித்துப் பாருங்கள்.

"மன்னவர்க்குத் தண்டுபோய் வடபுலத்து வாதாபித்
தொன்னகரந் துகளாகத்துளை நெடுங்கை வரையுகைத்துப்
பன்மணியும் நிதிக்குவையும் பகட்டினமும் பரித் தொகையும்
இன்னன எண்ணிலா கவர்ந்தே இகலரசன் முன்
கொணர்ந்தார்."

பரஞ்ஜோதியார், தென்னகரமாம் வாதாபியை வென்று அங்கிருந்து மணியும் அணியும், கரியும் பரியும் கொணர்ந்தார் என்று அறிவிக்கிறது இச்செய்யுள்.

"கதிர்முடி மன்னனும் இவர் தங்களிற்றுரிமை ஆண்மையினை
அதிசயித்துப் புகழ்ந்துரைப்ப அறிந்த அமைச்சர்க ளுரைப்பார்
மதியணிந்தார் திருத்தொண்டு வாய்த்த வலியுட மையினால்
எதிர்வருக் கிவ்வுலகிலில்லை என எடுத்துரைத்தார்."

மன்னன் மகிழ்கிறான், பரஞ்ஜோதியாரின் ஆண்மையைக் கண்டு; அமைச்சர் கூறுகிறார் - பரஞ்ஜோதி, அறனடியார்; ஆகவேதான் வென்றார். அவருக்கு ஈடு இவ்வுலகில் இல்லை என்று கூறினர். இது இச்செய்யுளின் பொருள்.

"தம்பெருமான் திருத்தொண்டர் எனக் கேட்ட தார் வேந்தன்
உம்பர்பிரான் அடியாரை உணராதே கெட்டொழிந்தேன்.
வெம்பு கொடும் போர்முனையில் விட்டிருந்தேன்
எனவெருவுற்றெமபெருமான் இது பொறுக்கவேண்டும் என
இறைஞ்சினான்."

சிவனடியாரா இவர்! இவரையா நான் போர்க்கள வேலையில் ஈடுபடுத்தினேன், அபசாரம் என்று மன்னன் வருந்தினான் என்பது இச்செய்யுளின் பொருள். இதிலே ஆச்சரியப் பகுதி என்னை எனில், படைத்தலைவர், சிவபக்தர் என்ற விஷயமும், மன்னனுக்கு மந்திரி சொல்லித் தான் தெரிய வருகிறது!

"இறைஞ்சுதலும் முன்னிறைஞ்சி என்னுரிமைத்
தொழிற்கடுத்த
திறம்புரிவேன் அதற்கென்னோ தீங்கென்ன ஆங் கவர்க்கு
நிறைந்த நிதிக்குவைகளுடன் நீடுவிருத்திகள் அளித்தே
அறம்புரி செங்கோலரசன் அஞ்சலி செய்துரைக்கின்றான்."

மன்னனைப் பரஞ்ஜோதி வணங்கி, என் தொழில் போரிடுவது. அதைச் செய்வதிலே தீது என்ன? அது என்கடமை என்று கூற, மன்னனோ, அவருக்கு ஏராளமாகப் பரிசுகள் வழங்கிப் பேசலானான் என்பது இச்செய்யுளின் பொருள்.

"உம்முடைய நிலைமையினை அறியாமை கொண்டுய்த்தீர் எம்முடைய மனக்கருத்துக்கினிதாக இசைந்துமதுமெய்ம்மைபுரி செயல் விளங்க வேண்டியவாறே சரித்துசெம்மை நெறித்திருத் தொண்டு செய்யும் னெவிடையளித்தான்."

அப்படியல்ல, அறனடியாரே! உமது பெருமையை உணராமல் இருந்துவிட்டேன். இனி நீர் மடத்தில் சென்று சிவத் தொண்டு புரிக! என்று மன்னன் கூறி அனுப்பிவிட்டான் என்பது இச்செய்யுளின் கருத்து.

இனி யோசியுங்கள். விலக்கப்பட்டார் பரஞ்ஜோதி; அதற்காக விசாரப்பட்டார் என்று நான் கூறினது தவறா? செய்யுள் யாவும், பெரிய புராணம் - நமது சரக்கல்ல. ஒவ்வொரு செய்யுளுக்கு உள்ளேயும், இடையிடையேயும் புதைந்துள்ள பொருளை, யூகித்துத் தீட்டினேன் - சிந்தனையைக் கிளற.

வேவலுக்கோ, ஐசன்ஹவருக்கோ, பைபிளிடம் ஆசை; ஏசுவிடம் விசுவாசம் என்று பிறர் கூறக்கேட்டு, ஆஹா! அப்படியா! அங்ஙனமாயின் மாதாகோயில் பாதிரி வேலைக்கு அனுப்புகிறோம் என்று, பிரிட்டிஷ் அமெரிக்க சர்க்கார்கள் கூறுமா? பரஞ்ஜோதிக்குக் கூறப்படுகிறது. ஏன்?

படைத்தொழிலில் இருப்பதால் சிவத்தொண்டு சாத்யமின்றிப் போகுமா? ஆவுரித்தித் தின்று உழல்பவனும், யனை நம்பினால், அவர்களே நாம் வணங்கும் தெய்வம் என்று சைவம் கூறப் போர்த் தொழிலைக் கடமையாகக் கொண்ட ரஞ்ஜோதியாருக்கு மட்டும், ஏன் மடாலயம் புகவேண்டுமென்று நிர்ப்பந்திக்கப்பட்டது? இவை நீங்கள் சிந்திக்க வேண்டியவை. 'பிடி சாம்பல்' தீட்டியதன் நோக்கம் அதுதான். ஆகவே சைவ மெய்யன்பர்கள், 'பிடி சாபம்' என்று

சீறிடாமல், சற்றே சிந்தனையைச் செலவிடுங்கள்...
முடியுமானால்!

(திராவிட நாடு - 1947)

★★★

9 788198 796301

Printed at Repro India Ltd.